रामराणी ताराबाई

लेखिका
नयनतारा देसाई

वरदा प्रकाशन प्रा. लि.

397/1 'वरदा', सेनापती बापट मार्ग, वेताळबाबा चौक, पुणे 411 016.

फोन : 020-25655654 मोबा. 9970169302

ईमेल: varadaprakashan@gmail.com | www.varadabooks.com

मुद्रक व प्रकाशक :
वरदा प्रकाशन प्रा. लि.
३९७/१, सेनापती बापट मार्ग, पुणे ४११ ०१६

मुद्रण स्थळ :
ट्रिनिटी अकॅडमी फॉर कॉर्पोरेट ट्रेनिंग लिमिटेड,
न-हे इंडस्ट्रियल एरिया, आंबेगाव, पुणे

टाईपसेटिंग : संतोष गायकवाड, पुणे ४११ ०६१

मुखपृष्ठ : संतोष घोंगडे

पहिली आवृत्ती : १९८३
दुसरी आवृत्ती : २०१९
तिसरी आवृत्ती : २०२२

हिरेजडीत म्यान

आपल्याला स्वतंत्र बुद्धीनं लहानसं काम करताना कित्ती कित्ती भय वाटतं. मग या ताराबाईनं करवीरचं राज्य कसं स्थापन केलं. याची कल्पना करणं सुद्धा मला कठीण वाटत होतं. तिचं कर्तृत्व जाणून घेण्यासाठी, लहानपणी माझ्या कल्पनापंखांना ताणून मी उडण्याचा खूप प्रयत्न केला. परंतु नाहीच जमलं! मध्यंतरी मात्र मी तिला विसरूनही गेले. यावेळी पाच कादंबरिका लिहिण्याचा सौ. मंदाकिनीताईंचा प्रेमळ हुकूम मिळताच मी महाराणी ताराबाईंवर लिहायचं निश्चित केलं आणि विजयादशमीच्या सुमुहूर्तावर खेळ आमुचा तलवारीशी लिहायला सुरवात केली.

किशोर वाचकांना ही कादंबरिका वाचताना कंटाळा येऊ नये असा विचार करीत प्रमुख घटना घेऊनच मी ताराबाईंचं कर्तृत्व साकार केलं आहे. चहूकडून बळजोर दुष्मन टपलेले, राजसबाईचा द्वेष, शाहूमहाराजांचं साताऱ्यात आगमन, सरदारांची फुटीर वृत्ती समोर दिसत असूनही 'याही परिस्थितीत मार्ग काढून पुढं जाऊ' म्हणणारी ताराबाई वाचकांना आवडल्याशिवाय रहाणार नाही.

ऐतिहासिक कादंबरी लिहिताना इतिहास, त्या व्यक्ती आणि

त्यांच्या समकालीन व्यक्तींची चरित्रं वाचावी लागतात. या कादंबरिकेसाठी प्रा. जयसिंगराव पवार गुरुवर्य आप्पासाहेब पवार यांची महाराणी ताराबाईंवरची पुस्तकं मी आत्मसात केली. त्यांची मी अत्यंत आभारी आहे. ही पुस्तकं मला आमचे मित्र श्री. व सौ. माया गोरे यांनी दिली नसती, तर ही कादंबरिका मला वाचकांपुढं ठेवता आली नसती हे निश्चित! गोरे पती-पत्नीचं ऋण मस्तकी धारण करणंच मला भूषणावह वाटतं.

– नयनतारा देसाई

१

मनोहारी सौंदर्य उधळीत भाद्रपद येऊन उभा राहिला गौरी गणपतीसाठी उत्साहानं तयारी करण्यात प्रत्येक घर गुंग झालं. रायगडावरच्या गडबडीला तर सीमाच नव्हती, आणि तोसुद्धा सजून उभा राहिला. हिरव्यागार वृक्षराजाला साथ देणारा जमिनीवर पसरलेला. निळ्या पिवळ्या फुलांनी भरून राहिलेला हिरवा गालिचा त्याच्या भोवती पसरला होता. क्षणभर त्याच्याशी गुजगोष्टी करून आकाशात भरारत होता. तुकतुकीत रंगाचा खानदानी श्रीमंत माणसासारखा, डौलानं पाय टाकणारा भारद्वाज गंगासागराकडे जात होता. कावळ्यांची कर्कश कावकाव चालूच होती. महाराणी येसूबाईसमवेत सीता शिरकाईच्या मंदिराकडे निघाली होती. गंगासागराजवळ येताच १० वर्षांची सीता हरखून गेली. वाऱ्यामुळं उडणारा पदर सावरीत ती उतरली.

'कित्ती कित्ती सुरेख दिसतात या तेजानं उसळणाऱ्या निळ्या जललहरी!'

'अगदी तुमच्या सारख्या तेजस्वी आणि आकर्षक.'

'इश्श. हे हो काय जाऊबाई!'

'खरंच सांगतोय आम्ही. तुम्हाला 'तारा' हेच नाव जास्त शोभून दिसेल. आम्ही तर 'ताराऊ'च म्हणू आणि तेच नाव प्रचलित करू.'

'नको बाई, सासूबाई काय म्हणतील?'

'कोणी काही म्हणणार नाही. कारण तुमचं साजिरं रूप आणि हुशारी पाहूनच स्वारीनं सरनौबत हंबीरराव मामांकडे तुमच्यासाठी मागणी घातली. आमचे रामराजे तुमच्यासारखी पत्नी मिळवून धन्य धन्य जाहले ताराऊ' स्वतःची तारीफ ऐकून तिच्या मनाला सुखद गुदगुल्या झाल्या परंतु तसं न दाखवता ती उत्तरली.

'आज आतीसाहेब असायला हव्या होत्या.'

तिच्या या शब्दात काही अर्थ लपला असावा, असा संशय येऊन, येसूबाईंनी तिच्याकडं नजर वळवली. परंतु तिच्या मुद्रेवर त्यांना फारसं काही गवसलं नाही. बोलत बोलत त्या मंदिराजवळ आल्या. सूर्यप्रकाशात मंदिरावरचा सोन्याचा कळस चकाकत होता. त्या दोघींनी मंदिराच्या पायरीवर पाय ठेवताच ज्योत्याजी केसकर मुजरा करून बाजूला झाला. त्या आत जाऊ लागताच घंटा किणकिणू लागल्या, गाभाऱ्यातून कनौजी धुपाचा मंद सुवास दरवळत बाहेर आला. येसूबाईच्यासमवेत तिनंही त्रिदल वाहून भक्तिभावानं शिरकाईला नमस्कार केला. प्रदक्षिणा करून दोघीही बाहेर आल्या, तेव्हा सूर्य बराच वर आला होता. सर्व झाडं झुडपं उन्हात चमकू लागली हाती.

'जाऊबाई, तुमच्या सारखं महाराणीपद आम्हाला लाभलं असतं तर...'

मर्यादा सोडून बोलल्याची जाणीव होताच, तिने पुढचे शब्द गिळून टाकले. घसरत असलेला माथ्यावरचा पदर नीट केला.

'बोला, अगदी खुल्या दिलानं सांगा. अडखळलात का?

आम्ही रागावणार नाही ताराऊ!'

येसूबाईचे स्निग्ध शब्द ऐकताच तिची नजर त्यांच्या मुखावर स्थिर झाली. तिथं राग नसून निर्मल उत्सुकता असल्याची खात्री होताच, तिनं मनात बंदिस्त केलेली इच्छा मोकळी केली.

'आम्ही घोडदौड केली असती. इतकंच नाहीतर कमरेला तलवार लटकावून रणांगणात लढलो असतो.'

'ताराऊ, तुमच्या मुलांची देखभाल, आणि घरच्या व्यवहाराचं काय?' येसुबाई कौतुकानं हसल्या.

'खरंच की! ते आमच्या ध्यानातच आलं नाही!'

'तुम्ही अजून लहान आहात जाऊबाई! मुलांना योग्य वळण लावणं, पतीच्या सुखासाठी झटणं ही महत्त्वाची कर्तव्य पुरी केल्यानंतरच, तलवार हाती घ्यायची. आम्ही मात्र घरच्या जिम्मेदारीबरोबरच रायगडाचा इंतजाम करतो आहोत.'

'ते आम्ही पहातोच आहेत. जाऊबाई आमची विनंती मान्य कराल का?

'सांगा.'

'आम्हाला घोडच्यावरून रपेट करायची आणि तलवार शिकायची इजाजत द्यावी'

'आम्ही स्वारीला विचारल्याशिवाय कसं सांगणार? परंतु रामराजेंची परवानगी आहे का?'

'त्यांना स्वत:चं मतच नसतं आणि सध्या ते आपल्या नजरकैदेत असल्याचं ऐकून आहोत.'

'नजरकैद घराशी संबंधित नाही. ताराऊ आपल्या पतीबद्दल असं बोलत नसतात.'

'येसूबाईंच्या शब्दांतली जरब तिला चांगलीच जाणवली. ती

ओशाळून उत्तरली.

'क्षमा असावी जाऊबाई.'

तिचा हात हाती घेऊन येसूबाई चालू लागल्या.

'चला लवकर. बरीच देर झालीय. बाळराजे वाट पहात असतील आमची.'

'दोघीही नाणे दरवाजातून सात महालाकडे वळल्या. येसूबाईंना सांगून ताराऊ सकवारबाईंच्या महालाकडे निघाली. क्षणभर दरवाजात थांबून तिनं कानोसा घेतला. तिला तिथं पाहून त्या बोलल्या.

'ये बाळऽ येऽ.'

ताराऊनं आत प्रवेश केला. डौलदार पाऊलं टाकीत पुढं जाऊन आपल्या सासूच्या पायांना स्पर्श केला. त्यांनी तिला जवळ बसवलं. तिच्या पाठीवर हात फिरवीत तिला विचारलं.

'आज रामराजे कुठं आहेत?'

'आम्हाल काय माहीत? आम्ही जाऊबाईंच्याबरोबर शिरकाईच्या दर्शनाला गेलो होतो.'

'असं म्हणायचं नसतं बेटी. रामराजेची देखभाल तूच करणं आवश्यक आहे. ते अबोल आणि मृदु स्वभावाचे आहेत हे ध्यानी घेऊन वाग, अगदी सावलीसारखी त्यांच्या समवेत रहा.'

'उद्यापासून आपल्या शब्दानुसार वागू सासूबाई.'

'सीताऽ.'

'नव्हे, ताराऊ, जाऊबाईंनी आमचं नाव आजच बदलंय आम्हाला सुद्धा खूप आवडलंय.'

'खरंच तू ताऱ्यासारखी तेजस्वी दिसतेस. 'तारा' हे नाव अगदी योग्यच आहे.' सकवारबाईंच्या शब्दात कौतुक होतं.

'तुम्ही काय विचारणार होता?'

'दुपारी विश्रांतीनंतर काय करत्येस?'

''जाऊबाईंना थोडी मदत करतो आणि बाळराजेंबरोबर खेळतो.'

'ठीक आहे. काम नसेल तेव्हा इथं ये. आम्ही कशिदा शिकवू! येशील ना?'

'हो. आता आम्हाला जाण्याची अनुज्ञा असावी. मुदपाकखान्याकडं हजेरी लावायचीय.'

तारा लुगडं सावरीत निघाली. तिची पुढं पडणारी दमदार पावलं आणि चालण्यातली ऐट पाहून सकवारबाई स्वत:शीच पुटपुटल्या.

'कर्तबगार दिसतेय. परंतु हिनं भलतं सलतं काही करून राज्याला संकटात लोटू नये हीच इच्छा!'

❊ ❊ ❊

रामराजे आपल्या दादामहाराजांसमवेत जगदीश्वराच्या मंदिरातून आले. त्या वेळी बरीच संध्याकाळ झाली होती. नगारखान्यातला चौघडा ऐकू येत होता. रोशनाईक दीपकाठीनं महालातले दिवे उजळीत चालला होता. राजे मातेला मुजरा करण्यासाठी सात महालाकडे वळून, द्वारातून आत प्रवेशले. प्रशस्त महालात सुवर्णसिंह मस्तकी दिवे येऊन उभे होते. त्याच्या मंद उजेडात शिवलिंग मनोहर दिसत होतं. त्याच्या डाव्या बाजूस जगदंबेची उग्र मूर्ती होती. तिथं जवळच केशर–कुंकू घातलेले महाराजांचे चढाव होते. समोरच्या पाटावर सफेद वस्त्र नेसलेल्या, अलंकारविहीन सकवारबाईंकडे पाहून रामराजेंना स्वत:च्या मातेची याद आली.

'आमचे आबासाहेब गेल्यानंतरही मासाहेब विरक्त झालेल्या

दिसल्याच नाहीत. असं कसं घडलं?'

दुसऱ्या मनानं क्षणभर विचार करून उत्तर दिलं.

'रामराजे, त्यांना खऱ्या अर्थानं राजमाता व्हायची इच्छा होती. या मराठी तख्ताचे सर्व अधिकार स्वत:च्या हाती ठेवायचे होते.'

'स्वत:च्या मातेचा विचार करीतच ते पुढं सरकले. पाऊलांची चाहूल लागताच सकवारबाईंनी मागं वळून पाहिलं. त्या राजेकडे पाहून हसल्या.

'या रामराजे याऽऽ, तुमच्याच इंतजारीत होतो आम्ही.'

'का बरं मासाहेब?'

'तसं काही नाही. परंतु गेलेल्या सर्वांची याद आल्यामुळं आम्ही फार उदास झालो. त्यातून बाहेर पडण्यासाठी आम्हाला तुमचाच आधार हवा होता राजे.'

'रामराजेंनी त्यांच्या पायाची धूळ मस्तकी घेतली. सकवारबाई उठून मंचकाकडे निघाल्या.

'इथं बसा बाळराजे.'

'राजे हसले. सकवारबाई त्यांच्याकडे आश्चर्यानं पहातच राहिल्या.

'हसलात का?'

'मासाहेब, आम्ही इतके मोठे असूनही, तुम्ही बाळराजेच म्हणता म्हणून!'

'मातेला आपलं मूल नेहमी लहानच वाटत असतं राजे, थोरल्या मासाहेब स्वारीला लहान समजून किती जपणूक करीत होत्या, हे तुम्ही जाणताच!'

'होय. थोरल्या मासाहेबांचे शब्द किती मधुर! आम्हाला फार

आवडायच्या त्या, वाटायचं...'

'काय ते सांगा नाऽ' सकवारबाईंनी त्यांच्या पाठीवरून हात फिरविला.

'सारखं त्यांच्याजवळ बसून, त्यांचं बोलणं कानात साठवावं.'

'मग बिघडलं कुठं?'

'आमच्या मासाहेबांनी मनाई केली होती. आम्ही आबासाहेबांनासुद्धा सांगितलं.'

'काय म्हणाले?'

'मासाहेब, आम्ही सगळं सांगताच त्यांच्या मुद्रेवर वेदना चमकून गेली. दुखावलेल्या मनानं भिजलेल्या स्वरात ते म्हणाले.

'रामराजे, मातेच्या आज्ञेचं पालन करणं पुत्राचं कर्तव्य आहे. रामानं कैकेयीच्या आपल्या सावत्रमातेच्या इच्छेसाठीच वनवास पत्करला ना?'

हुबेहुब पित्याची नक्कल करणाऱ्या रामराजेकडे त्या वात्सल्यानं पहात राहिल्या.

'भोजनाची वर्दी देण्यासाठी चंद्रा आतल्या दरवाज्यातून प्रवेशली. सकवारबाईंनी तिला विचारलं.

'ताराऊ कुठं आहे?'

'अक्कासाहेबांच्या म्हालात.'

'ठीक आहे. राजे आमच्याबरोबर इथंच जेवतील. आमचे थाळे इथंच घेऊन ये.'

'जी.'

भोजनानंतर रामराजे मातेसमवेत बराच वेळ बोलत बसले. त्यांच्या सहवासात सकवारबाईंची उदासीनता कमी झाली प्रसन्न चित्तानं त्यांच्या खांद्यावर थोपटीत त्या उत्तरल्या.

'बाळराजे, तुमच्यामुळं आमची बेचैनी दूर झाली. असेच येत चलाऽऽ'

'जरूर, जरूर, क्यों नही.'

मातेचा निरोप घेऊन ते महालातून बाहेर पडले, तेव्हा हवेत बरीच शीतलता होती.

२

बाहेर टणक दुपार रणरणत होती. संभाजीराजे कर्नाटकात असल्यामुळे रायगडावरची वर्दळ कमी झाली होती. राणी येसूबाई गडावरचा सर्व कारभार पहात होत्या. थोडी थोडी जबाबदारी टाकून त्या रामराजेंना तयार करीत होत्या, सदरेवरचं काम पुरं झाल्याची खात्री झाल्यावर रामराजे उठले. ते येसूबाईंच्या महालाकडे निघाले. चंद्रानं रामराजे येत असल्याची खबर देताच त्या जरा सावरून बसल्या. दारावरचा रेशमी पडदा सळसळला.

'या राजे.'

'रामराजे वहिनीसाहेबांना मुजरा करून मंचकावर स्थिर झाले.

'काही खबर?'

'महत्त्वाची आहे. दुर्गादास राठोडची मदत घेऊन अकबर इराणकडे निघून गेला.'

'बरं झालं. कटकट गेली एकदाची!'

'दादामहाराजांनी आपुलकीनं त्याला सहारा दिला. अन् तुम्ही म्हणता कटकट!' रामराजे मजेत हसले.

राजे, आश्रय देण्यात प्रेम आपुलकी काही नव्हतं. औरंगजेबला शह देण्याचा इरादा होता. दुष्मनाच्या शत्रूला मित्र मानून

जवळ करण्यातच, खरं चातुर्य असतं!'

आपल्या वहिनीचं धूर्त व्यवहारज्ञान ऐकून त्यांना खूप आश्चर्य वाटलं, अन् मनातला आदर दुणावला.

'वहिनीसाहेब, त्याबद्दल आम्ही कधी विचार केला नव्हता.'

'यापुढं आवश्य करा. तुम्ही आबासाहेबांचे पुत्र आहात, तुम्हाला हे सगळं माहीत असणं आवश्यक आहे. सावली न देण्याचं व्रत घेणं वृक्षाला शोभेल का? आणखी काही विशेष?'

'आहे तरSS'

'सांगा, आम्ही फार उत्सुक आहोत.'

'औरंगजेबाची फौज अकबराचा पाठलाग करीत आमच्या मुल्काकडे येऊन पोचल्याची खबर आहे.'

'ठीक आहे. यापेक्षा महत्त्वाची बातमी तुमच्यापर्यंत आलेली दिसत नाही राजे?'

'कोणती? सांगा नाSS'

'आमचे मदनगड, मोरदंत, आऊंधा हे किल्ले मोगलांनी घेतलेत. साल्हेर, रामसेजचे किल्लेदारही फितुर झालेत.'

'दादामहाराजांना काय वाटेल!' रामराजे धास्तावले.

'हे ऐकून स्वारी फार बेचैन होईल.' येसूबाईच्या मुखातून दीर्घ निश्वास बाहेर पडला.

'आता काय करायचं?'

'ते किल्ले परत मिळविण्यासाठी सरदारांची मनं तैयार करायची.'

रामराजे वहिनींच्या शब्दांचा विचार करीत, स्थिर नजरेनं खिडकीतून बाहेर पहात होते. समोरून दौडत येणारा घोडेस्वार त्यांच्या नजरेतून सुटला नाही.

'वहिनीसाहेब, दादामहाराजांचाकडची खबर आलेली दिसतेय.'

'अगदी बरोबर बोलतात.' येसूबाईंची मुद्रा खुशीनं फुलून गेली. त्या उठून खिडकीजवळ गेल्या.

'येसूबाईंचा निरोप घेऊन ते आपल्या महालात प्रवेशले. प्राप्त परिस्थितीचा विचार करीत ते विचारात मग्न झाले. आतल्या बाजूनं ताराऊ हळूहळू आत आली. रामराजेंकडे सरकत ती खुदकन् हसली.

'कसल्या विचारात स्वारी गढून गेलीय न कळे.'

'आमच्या आबासाहेबांनी जिंकलेले किल्ले मोगल काबीज करीत असलेले पाहून मन उद्विग्न झालंय!'

'तुम्ही का नाही त्यांच्यावर आक्रमण करत?'

'आम्ही? थंड हवेनं सर्दी आणि गरम हवेनं बुखार चढतो. असं सांगून मासाहेबांनी आम्हाला नाजुक अन् दुबळं बनवलंय, त्यामुळे आमच्यातली लढाऊ वृत्तीच नष्ट झालीय.' ते उपरोधानं हसत सुटले.

'इश्श, काहीतरीच काय बोलावं!'

'खरंच सांगतो तारा.'

'तुमचा गैरसमज असावा. आमच्या आतीसाहेब फार महत्त्वाकांक्षी होत्या. हे रायगडचं राज्य तुम्हालाच मिळावं अशी त्यांची खूप इच्छा होती.'

'परंतु दादामहाराजांना डावलून आम्हाला ही सल्तनत नकोच.'

'का? तसं म्हटलं तर या तख्तावर दोघांचा अधिकार आहे. बटवारा झाला असता तर तुम्ही महाराज झाला असता.' 'परंतु हे श्रींचं राज्य आहे. त्याची शकलं करणारे आम्ही कोण?'

हे श्रींचं राज्य आहे!

'स्वारीनं जरा धूर्तपणानं वागावं, म्हणजे आम्हालाही महत्त्व प्राप्त होईल. आता पहावं तिकडे जाऊबाईचंच वर्चस्व.' तिच्या शब्दांनी रामराजेना हंसवलं. हसत हसत ते सावरून बसले. लहानगी दाढी कुरवाळीत ते बोलले.

'तारा, वहिनीसाहेब 'महाराणी' आहेत. त्यांच्या मनाप्रमाणे वागण्यात सर्वांचंच कल्याण आहे. तू समजून वागावंस हीच आमची इच्छा.'

'तुमचं म्हणणं खरं असलं तरी आम्हाला कुणाच्या ताटाखालचं मांजरं होणं नाही जमत!'

'काय बोलतेस? मातेसमान मायेची पाखर घालणाऱ्या आमच्या वहिनीसाहेबांबद्दल तुला बोलवतं तरी कसं?'

'पुरे झालं कौतुक! त्या दोघांमुळंच तुमच्या मासाहेबांना हालअपेष्टात दिवस काढावे लागले, हे तुम्ही विसरलात, तरी आम्हाला याद आहे.'

'तिचे बोल आणि मुद्रेवर उमटलेले भाव पाहून रामराजेना थोडंसं भयच वाटलं, त्यांनी घाबरून विचारलं.

'तू काय करणार?'

'संधी मिळाल्यावर पाहू. आता आपल्यासाठी वाळ्याचं थंड सरबत आणू का?'

'आणा, आम्हाला त्याची निहायत जरुरी आहे.'

✳ ✳ ✳

रामराजे फार फार उदास झाले. ते उठून खिडकीत आले. समोरून येणाऱ्या जिवाजीवर त्यांची नजर स्थिर झाली. महालाच्या द्वारात त्याची चाहूल लागताच ते वळून मंचकाकडे आले.

'ये जिवाजी, काय खबर आहे?'

'सरनोबतऽऽ'

'काय झालं ते सांग.'

'महाराज, बेळगावपर्यंत धावणाऱ्या फौजांना हंबीररावांनी जोराची धडक दिली. वाईपर्यंत जाताच गनिमानं उडवलेला गोळा त्यांच्या छातीतून आरपार गेला, सोराज्यासाठी प्रानपनानं लढा आनी राजेंची हिफाजत करा, असं सांगून तेनी प्रान सोडला.

'अरेरे, आमचे मामासाहेब निघून गेले. हंबीरराव म्हणजे स्वराज्याचे पाईक, त्यांच्या जाण्यानं फार नुकसान झालं!'

'लय बुरी बात झाली महाराज'

'खरं आहे. तू जा, आम्हाला एकान्ताची फार जरुरी आहे'

जिवाजी निघून गेला. महाराजे फार फार विकल झाले. शून्य

मनानं ते महालात येरझारा घालू लागले.

'दासीच्या हाती सरबत पाठवून ताराऊ आत आली. तिनं तशतरीतला सोन्याचं नक्षी काम असलेला चांदीचा पेला पतीच्या हाती दिला.

'तिच्या पेल्यातलं सरबत संपेपर्यंत रामराजे स्तब्ध बसले. क्षणभरानं अडखळत उत्तरले.

'तारा, आपल्याला आज सातारला जाणं जरुरी आहे.'

'का?'

'मामासाहेब, खूप बीमार असल्याची खबर आलीय.'

पित्याच्या आजाराची बातमी ऐकताच ती खूप अस्वस्थ झाली. तिच्या चेहऱ्यावरची प्रसन्नता मावळली. ती उठून आपल्या महालाकडे निघाली.

'तारा, तुरन्त निघणं आवश्यक आहे. आम्ही वहिनीसाहेबांना सांगतो.'

रामराजेंच्या समवेत ताराऊ माहेरी आली. मातेची गर्भगळीत अवस्था पाहून ती व्याकुळ झाली. परंतु थोड्याच वेळात स्वत:वर ताबा मिळवून तिनं आईला समजावून उभं केलं. रामराजे पत्नीचं खंबीर धैर्य पाहून आश्चर्यचकित झाले. तिच्याशी सलाहमशविरा करून हंबीररावमामांच्या अंतिम क्रियेनंतर त्यांनी बराच दान-धर्म केला. ब्राह्मणभोजन पार पाडल्यानंतर ते एकटेच निघाले.

रायगडाच्या पायथ्याशी पाचाडला येताच, त्यांनी थोरल्या मासाहेबांच्या समाधीकडे जाण्याची इच्छा व्यक्त केली. अचलोजी मोहितेनं इतरांना तसा इशारा करताच घोडे वळळे. हिरव्यागार गर्द झाडीतला काळ्या पत्थराचा तो वाडा राजेंना अतिशय मोहक वाटला. ते हळूहळू चालत समाधीसमोर उभे राहिले. चाफ्याची पांढरी शुभ्र

फुलं झाडावरून टपटप पडत होती. मध्यभागी आडोसा करून दिवा लावला होता. त्यांनी समाधीवर मस्तक टेकलं. आपल्या पाठीवरून प्रेमळ हात फिरत असल्याचा त्यांना भास झाला.

'थोरल्या मासाहेबऽऽ' त्यांच्या कंठातून हुंदका बाहेर पडला.

'त्यांना आपल्या माता पित्याची तीव्रतेने याद आली. पोरकेपणाची जाणीव होऊन ते दुःखी झाले.

'वाड्यातून आलेल्या अचलोजीनं त्रिवार मुजरा केला, आणि अदब राखून उत्तरला.

'महाराज, भोजन तयार आहे. चलावं.'

'रामराजे वाड्चात प्रवेशले. कुळंबिणीनं पायावर पाणी घालताच ते पूजागृहाकडे वळले. प्रशस्त दालनात चांदीच्या समया तेवत होत्या. त्यांच्या मंद प्रकाशात जगदंबेची सुवर्णमूर्ती चकाकत होती. जांभळी पैठणी आणि मोत्यांचे अलंकार ल्यालेली जगदंबा फारच सुरेख दिसत होती. नुकतीच पूजा झाल्यामुळे उदबत्त्यांचा सुगंध मनाला मोहून टाकीत होता. जवळच आबासाहेबांचे चढाव असून, त्यावर फुलं दिसत होती. त्याकडे पहाता पहाता राजेंना पुतळाबाईंची आठवण झाली.

'आमच्या मासाहेबांनी आबासाहेबांवर इतकं प्रेम केलंच नाही. आमची तारासुद्धा आपल्या आती साहेबांप्रमाणं महत्त्वाकांक्षी आणि थोडी स्वार्थी होणारसं दिसतंय.'

जगदंबेच्या समोर मुहर ठेवून त्यांनी नमस्कार केला.

'चलावं भोजनगृहाकडे.'

'राजे अचलोजीच्या समवेत निघाले, भोजन झाल्यावर विश्रांती घेऊन ते रायगडाकडे निघाले.

* * *

रामराजे आपल्या महालात खिडकीत उभे होते. मनात विचारांचा गुंता असल्यामुळं त्यांच्या गोऱ्या गोऱ्या चेहऱ्यावर व्यग्रता दिसत होती. समोर पसरलेल्या प्रभातीच्या सौंदर्याकडे त्यांचं लक्षच नव्हतं. बाळराजेंचा हात धरून महालात येत असलेल्या शंभूराजेंची त्यांना चाहूल लागलीच नाही. बाळराजे दुडुदुडू धावत आले.

'काकाशायेब आमी आलोऽऽ'

रामराजेंची विचारशृंखला तुटली. त्यानी दचकून मागं पाहिलं. ते खिडकीकडून बाजूला झाले.

'दादामहाराज तुम्ही?'

'हो, कर्नाटकातून येऊन चार दिवस झाले. परंतु तुमच्याशी बोलायला आम्हाला उसंतच मिळाली नाही.'

'बसावं. बाळराजेंनी आमच्या जवळ यावं.'

बाळराजे जाऊन आपल्या काकांच्या मांडीवर बसले. सावळा चेहरा, परंतु तेजस्वी नेत्र असलेल्या आपल्या पुतण्याकडे पाहून रामराजेना पित्याची आठवण झाल्याशिवाय राहिली नाही.'

'दादामहाराज आमचे मामासाहेब गेल्याची खबर समजलीच असेल. आम्हा सर्वांना त्यांची फारफार जरूरी होती.'

'राजे, श्रींच्या राज्याची होणारी हानी पाहून मन फार नाराज होतं. आणि वाटतं की जगदंबेला स्वतःच्या रक्तानं कंठस्नान घालावं.'

'दादा असं बोलू नका तुम्हाला अजून मोगल, फिरंगी, निजाम आणि अंतस्थ शत्रूंना चित करून स्वराज्याला स्थैर्य आणायचं आहे.'

'हो, तेही खरंच. परंतु आम्ही कधीतरी भावविवश होऊन बोलतो. राजे मामीसाहेब ठिक आहेत ना?'

'मामींना सध्या साथी सोबतीची फार जरुरी आहे म्हणून ताराला तिथं ठेवून आलोत'

'चांगलं केलंत. तुम्ही अननुभवी असूनही इतकं केलंत याचंच आम्हाला कौतुक वाटलं.'

'बाळराजे रामराजेच्या मांडीवरून उतरले. आपल्या पित्याला बिलगत त्यांनी विचारलं

'आमाला लढाईला नेनाल ना?'

'हो तर, तुम्ही काकासाहेबांच्या बरोबर या.'

'आमच्या मासाहेबांनी आम्हाला दुबळं बनवलं, तसं यांना करू नये दादासाहेब.'

'आम्ही कोण करणार? जो तो आपल्या नशिबाप्रमाणं बनत असतो. आमचंच उदाहरण पहा ना! सर्वांचा रोष घेऊन चालणं हेच आमच्या भाळी आलंय, त्यामुळं योग्य ठिकाणी टाकलेलं पाऊलही खड्ड्यात पडतंय!'

'होय, तेही खरंच!' रामराजेंच्या मुखातून दीर्घ निश्वास बाहेर पडला. ते फार कष्टी झाले.

'रामराजे, ताराऊ गिरजोजी यादवाकडे तलवार शिकतेय, असं ऐकतो.'

'आम्हाला कल्पनाच नाही.' त्यांचं मन गुदमरलं.

'म्हणजे! तुम्हाला न सांगताच शिकतेय का?'

'असावं' त्यांचा चेहरा म्लान झाला.

'रामराजे, आमच्या स्त्रियांनी तलवार, घोडदौड शिकावीच. त्यात गैर काहीच नाही. परंतु तिनं तुमच्या पुढं पाऊल टाकता उपयोगी नाही.

रामराजे यावर काहीच बोलले नाहीत. परंतु ही घटना त्यांच्या

मनाला बोचत राहिली, ताराऊ आल्यावर त्याबद्दल विचारायचं ठरवून त्यांनी विषय बदललाच.

'दादासाहेब तंजावरचे एकोजीराजे कसे आहेत?'

'काकासाहेब ना! एकदम ठीक. काकी दीपाबाईसाहेबांनी आम्हाला आपलं काव्य सुद्धा ऐकवलं.'

'त्या कविता करतात का! वाहवा. एकदा पहायला पाहिजे या तंजावरच्या काकीसाहेबांना.' रामराजे खूष झाले.

''राजे, तुम्हाला जावं लागणार नाही. तेच येतील बहुधा. त्यांना रायगडावर येण्याचं आम्ही आग्रहाचं आमंत्रण दिलंय.

'बहोत अच्छा'

'छोटे शिवाजीराजे बसून फार कंटाळले होते. त्यांनी दोघांच्या चेहऱ्याकडे पाहून जणू काय मनाशी काहीतरी निश्चय केला.

दादाशायेब चलाऽऽ ना जाऊ याऽऽ'

'चला रामराजे, कुशावर्तातली कमळं पहायला.'

बाळराजेचा हात धरून चाललेल्या संभाजीराजेसमवेत रामराजे ही चालू लागले.

३

रामराजेना थोडासा बुखार असल्यामुळं ते महालातच पडून होते. ताराऊ चोळीवर कशिदा काढीत तिथंच बसली होती. हातातल्या सुईप्रमाणं मनातले विचारही पुढं पुढं सरकत होते. रामराजेना थोडीशी थंडी जाणवताच ते बोलले,

'तारा, ती पायाखालची शाल आमच्या अंगावर घाला.'

'इश्श, अंगावरची सुरेख दुलई बाजूला करून, ती रंग

उडालेली शाल कसली घ्यायची?'

'ती आबासाहेबांची शाल आहे. त्यातल्या प्रेमाची, उबेची तुम्हाला कल्पना नाही यायची. त्यासाठी प्रेमच करावं लागतं.'

'आम्हाला नाही तुमच्यासारखी माया करता येत.'

'तुम्ही बाईमाणूस. तुमचं मन तर प्रेमानं ओथंबलेलं असलं पाहिजे. थोरल्या मासाहेब, धाकट्या मासाहेब, वहिनीसाहेब किती प्यार करतात ते पाहिलंत ना?'

'स्वारींच्या असल्या बोलण्यावरून हल्ली वाटू लागलंय की आम्हाला स्त्री हृदयच नसावं!'

'म्हणजे काय? आम्ही नाही समजलो.'

'स्वारीनं राग धरू नये. आम्हाला वाटतं...'

'काय ते सांग ना! आम्ही खरोखरच रागवणार नाही.'

'आम्हाला वाटतं घोडदौड करावी. लढाईसाठी डेरेदाखल व्हावं आणि दुष्मनाची मस्तकं सरसर कापून काढावी.'

तिच्या गोऱ्या मुखावर उमटलेला आवेश राजेंना चांगलाच जाणवला. थोडं कौतुकही वाटलं, परंतु ते व्यक्त न करता मनात रुतून बसलेलं शल्य, त्यांनी बाहेर टाकण्याचा प्रयत्न केला.

'म्हणूनच तुम्ही हल्ली गिरजोपाशी तलवार शिकता वाटतं!'

'हो, आणि घोडीवरून रपेटही करून येतो.'

'याबाबत तुम्ही आमची संमती घेतली असती तर बरं झालं असतं!'

'महाराणी येसूबाईंच्या परवानगीनंच पाऊल पुढं टाकलंय. तुम्हाला त्यांनी सांगितलं असावं असा आमचा तर्क!'

'त्यांनी नाही. दादांनी सांगितलं, तेव्हाच समजलं.'

'राजवैद्य येत असल्याची खबर येताच ताराऊ उडून पलीकडच्या मंचकावर बसली.

* * *

कवी कलशाचं आणि येसूबाईंचा भाऊ गणोजी शिर्के यांचं बनत नसल्याची खबर येताच शंभूराजे रात्रीच्या गडद अंधारात कुणालाही न सांगताच पन्हाळ्याकडे निघाले. तिथं गेल्यावर त्यांनी सर्व चौकशी केली. मनात योजना आखून, निर्णय घेण्यासाठी ते सज्जा कोठीकडे जात असता, संताजी घोरपडे त्याच्यासमोर आला. त्याच्या मुद्रेवर भय होतं. मुंडाशातून घामाच्या धारा गालावर ओघळत होत्या. त्याला मुजरा करायचं भानही नव्हतं.

'महाराज, घात झाला.'

'काय झालं?'

'महाराज, सातारा, वाईतसुद्धा शेख निजामानं आपले सैनिक पेरलेत.'

दौडत येत असलेला मल्होजी, महाराजांना पाहून पायउतार झाला. त्यानं पुढं येऊन मुजरा घातला.

'महाराज आपण वेश बदलून संगमेश्वर–चिपळूणातून रायगडावर जावं. मोगली फौजेची विल्हेवाट आम्ही लावतो.'

'ठीक आहे. मल्होजी आम्ही आजच निघतो.'

'शंभूराजांचा घोडा वायुवेगानं दौडू लागला. प्रवेश करीत असतानाच, सरदेसाईंनी त्यांना आपल्या वाड्यात राहण्याचा खूप आग्रह केला. तिथंच त्यांनी देवींचं अनुष्ठान करायचं निश्चित केलं. ते देवीसमोर बसले असतानाच, शेख निजामचं सैन्य येत असल्याची बातमी आली. राजे निर्भय मननं फौजेसह पुढं आले. संताजी घोरपडे, धनाजी जाधव, मल्होजीनं इस्लामी फौजेचा प्रतिकार करण्याची

शिकस्त केली परंतु शंभूराजेंचं आणि मराठी राज्याचं दुर्दैव उभं ठाकलं. महाराज घोड्यावरून दौडत असतांना मागून आलेला शेख निजाम आनंदानं ओरडला.

'ला, इलाह इल्लीला मोहम्मदुर रसुल्लीलाऽऽ'

'मोगली सैनिकांनी राजेंना घेरलं. शेख निजामानं हसत हसत त्यांच्या हातात बेडी अडकवली.

संभाजीराजे कैद झाले!

घोड्याच्या पायातलं राजचिन्ह काढून घ्या.'

त्याच्या हुकमावरून एक मुसलमान पुढं आला. विजयच्या पायातलं 'सोन्याचं कडं' काढून त्यानं हातात घेतलं. दीन नजरेनं आपल्या स्वामींकडे पाहून, राजचिन्ह नसलेला पाय एकवार वर

उचलून वाट फुटेल तिकडे तो पळत सुटला. सैन्य पांगलं. मोगली सैन्य आनंदानं नाचलं. संभाजी राजे आणि कवी कलशाच्या अंगावरचे कपडे फाडून त्यांच्या अंगाला काळं फासून, त्यांना उंटीणीवर बसवलं. त्या म्हाताच्या उंटीणी पाय ओढीत चालू लागल्या.

राजेंना गिरफ्तार केल्याची खबर येताच रायगड थरथरू लागला. तुळशीवृंदावन, सातमहालीही कंपित झाले. येसूबाई निर्विकार नजरेनं पहात राहिल्या. त्यांच्या नेत्रातून अश्रू झरले नाहीत. अति दु:खामुळं त्यांचं हृदय कोरडं झालं. रामराजेंना आपल्या वहिनींची ही अवस्था पहावेना. बालराजेंना त्यांच्या मांडीवर बसवीत ते उत्तरले.

'वहिनी, तुम्ही अशा राहिलात, तर बाळराजेंनी आणि आम्ही कुणाकडं पहायचं!'

'आपल्या काकांकडे पहात असलेल्या बाळराजेंना काहीतरी विपरीत घडल्याची जाणीव झाली. त्यांनी मातेच्या गळ्याला घट्ट मिठी घातली. तिच्या कपाळावर गाल घाशीत विचारलं.

'माशायेबऽऽ, माशायेबऽऽ काय झालं तुम्हाला?'

'पुत्राच्या लडिवाळ स्पर्शानं आणि केविलवाण्या शब्दांनी येसूबाईंना हलवलं. त्यांच्या नेत्रांतून अश्रू पाझरू लागले. त्यांच्या मुखातून दबते हुंदके बाहेर पडले. सकवारबाईंनी येऊन त्यांना छातीशी धरलं.

'येसूबाळ, होऊ नये ते समोर आलंय. आता तुलाच पाय घट्ट रोवून उभं राहिलं पाहिजे. शंभूला सोडवून आणायला हवं.'

'सासूबाई, तो दुष्ट राक्षस स्वारीला कदापि सोडणार नाही. तो सूड घेणार सूऽऽड' तोंडात पदराचा बोळा कोंबून त्यांनी रडू आवरलं.

'तरीही काहीतरी केलंच पाहिजे, धीर सोडून कसं चालेल येसू?'

'मासाहेब, आमचे सरदार दादांसाठी जीव कुर्बान करायला तैयार आहेत.'

'चांगोजी काटकर येऊन, दुःखी मुद्रेनं दरवाजात उभा राहिला. त्याला पहाताच रामराजे जरा पुढं सरकले.

'बोला चांगोजी.'

'महाराज, अरिष्ट आलं. त्या औरंग्याने समदा राग ओतलाय. आमच्या महाराजांची धिंड बी काढली त्यानं!'

'चांगोजी, त्याची आम्हा सर्वांना पूर्ण कल्पना आहे. आणखी काही विशेष?'

'इतिकदखाँ येत असल्याचं आत्ताच समजलं. काय करावं तेच समजत नाही.'

'चांगोजी, घाबरू नका. वहिनीसाहेबांशी विचारविनिमय करून ठरवू.'

''जी' चांगोजी हळूहळू मागे फिरला.

राणी येसूबाई सचिंत होऊन आपल्या महालात बसल्या होत्या. त्यांच्या नेत्रांसमोर संभाजीराजे होते. बराच वेळ त्या तशाच बसून होत्या. महालाच्या द्वारावर असलेली चंपा आत आली.

'राणीसाहेब, धाकले महाराज येनार हाईत.'

आपल्याच तंद्रीत असलेल्या येसूबाईंनी दचकून तिच्याकडे पाहिलं.

'कायऽऽ'

'धाकले महाराज.'

'ठीक आहे. पाठवून दे.'

रामराजे, शंकराजी मल्हार चिटणीस, रामचंद्रपंत अमात्यां–समवेत आत प्रवेशले. सर्वांचे मुजरे झाले. सर्वांना बसण्याचा इशारा करीत, त्यांनी मस्तकावरचा पदर व्यवस्थित केला.

'रामराजे, काय विशेष?'

त्यांची मुद्रा कावरीबावरी झाली. नेत्रात पाणीही वाढलं. शब्द ओठातच विरले. रामचंद्रपंतांनी परिस्थितीचा अंदाज घेऊन म्हटलं,

'राणीसाहेब, महाराजांनाऽऽऽ'

'बोलाऽऽ, काय झालं त्यांना? येसूबाईंचा गळा दाटून आला.

'महाराजांना मारण्याचा हुक्म दिलाय बादशहानं.'

'अरे देवाऽऽ. काय ऐकतोय आम्ही!'

'राणीसाहेब, त्याचबरोबर रायगडला वेढाही पडणार आहे.' शंकराजी कसेबसे उत्तरले.

क्षणभर शांतता पसरली. येसूबाईंनी स्वतःला सावरलं. प्राप्त परिस्थितीवर त्यांनी थोडासा विचार केला.

'तुम्ही सर्व पराक्रमी सरदार आहात. तुम्ही एक विचारे चालून रामराजेंसमवेत बाहेर पडावे. आम्हास मुलास घेऊन रहाण्यास रायगडासारखे दुसरं ठिकाण नाही.'

'परंतु–' शंकराजी अडखळले.'

'शंकराजी, तुमचं भय आम्ही जाणतो. यावेळी पाय मागं घेऊन चालणार नाही. तुम्ही सर्वजण इथून गेल्यावर दुष्मन तुमचे अंगावर जातील. तुम्हा सर्वांचा जमाव एके ठिकाणी पोक्त झाला म्हणजे आम्हास तिकडे न्यावे.'

'येसूबाईंचा दूरदर्शी, चतुर मुत्सद्दी निर्णय ऐकून सर्वांना शिवाजीमहाराजांची आठवण झाली. त्यांना आता खूपच धीर आला. तरीही वहिनींच्या प्रेमापोटी रामराजेंचं मन जरा कचरू लागलं.

'वहिनीसाहेब, तुम्हाला इथं एकलं ठेवून...'

'राजे, आमची चिंता करीत राहिलात तर राज्य गमवावं लागेल.' त्या हसल्या परंतु त्यात औदासिन्य होते.

'आता रामराजेंचा अगदी नाइलाज झाला. मन घट्ट करून ते गंभीर स्वरात उत्तरले.

'राज्याचे अधिकारी शिवाजीराजे ऐसे लक्ष ठेवून, आम्ही कारभारी आपले आज्ञेत राहून, पूर्वीहून विशेष पराक्रम करू. औरंगजेबास जिंकून राज्य-रक्षावे, येविशीं सर्वांची शपथाप्रमाणे व्हावी.'

'रामराजे, जगदंबा तुमच्या पाठीशी आहे. तुम्ही प्रस्थानाची तैयारी करा.'

इतर बाबींवर चर्चा झाली. येसूबाईंचा 'शब्द' प्रमाण मानून, त्यांनी त्यांचा निरोप घेतला.

चैत्रांतली वर्षप्रतिपदा रायगडावर गुढया, तोरणं उभारून मजेत साजरी व्हायची, परंतु यावेळी गुढीपाडवा आला तसाच गेला. कुणाच्याही मनात ह्या दिवसानं आनंद फुलवला नाही. सर्वत्र निराशेचा अंधारच होता. तरीही एका प्रभाती येसूबाईंचा निरोप घेऊन मंडळी बाहेर पडली. ताराऊ, राजसबाई, सगुणाबाई राजाराम महाराजांसमवेत होत्या. विशाळगडावर त्यांना ठेवून, ते प्रतापगडाकडे वळले. पावसाळा तिथंच घालवून, मोगलांवर आक्रमण करण्याचा विचार करून ते तयारीत मग्न झाले.

* * *

काळोखाची रात्र होती. पाऊस झिमझिमत होता. सर्वत्र पाणीच पाणी झालं होतं. बेडकांचा 'डरॉव डरॉव' रातकिड्यांच्या किरकिरीला साथ देत होता. हवेत खूप गारठा होता. गडावरच्या

बालेकिल्ल्यांचे दरवाजे बंद करून मल्हारी खलबतखान्यातल्या समया उजळून बाहेर पडत असतांनाच, एक फकीर त्याच्या नजरेत आला. तो मोगलाचा हेर असावा. या कल्पनेनं तो घाईनं आतल्या दालनाकडे वळला. परंतु तो पोचण्यापूर्वींच राजाराममहाराज, शंकराजी, रामचंद्रपंत अमात्य, प्रल्हाद निराजीबरोबर खलबतखान्यात प्रवेशले. द्वारावरचा परवलीचा शब्द ऐकताच मंडळी थांबली.

'काय सुभानजी?'

'महाराज, राजगड, रोहिडा, तोरणा काबीज करून मोगल हिकडं येऊन राहिलेत. आपण हिथून लवकर निघावं.'

'ठीक आहे. तू जा सुभानजी.'

तो गेल्यावर मंडळी आत आली. रामराजे आपल्या आसनावर स्थानापन्न झाले. द्वारावर मल्हारी उभा राहिला.

'महाराज, इतक्या धो धो पावसात कसं जायचं?' प्रल्हाद निराजींनी चिंता व्यक्त केली.

त्यावर बरीच चर्चा झाली. जिंजीकडे निघून जाण्यातच तख्ताची भलाई असल्याची सर्वांची खात्री झाली. रामराजेंनी सर्वांकडे स्थिर नजरेनं पाहून घेतलं. छातीवरच्या कवड्यांच्या माळेला स्पर्श करून ते उत्तरले.

'आम्ही दोनचार दिवसातच निघतो. परंतु धनाजी, संताजीला मोगलांवर पाठवा, म्हणजे पन्हाळ्यावर आम्हाला स्वस्थता लाभेल.'

'महाराज, आपण तिथंही फार दिवस राहू नये. तुरन्त जिंजीकडे जावे' शंकराजी बोलले.

'ठीक आहे. बरीच रात्र झाली, उठा मंडळी.'

✽ ✽ ✽

रामचंद्रपंतांच्या हुक्मावरून संताजी घोरपडे, आपले बंधू

बहिरोजी आणि मालोजीसह निघाले. काळ्याकुट्ट मध्यरात्री ते बादशहाच्या छावणीच्या रोखानं चालू लागले. छबिन्याच्या स्वाराशी त्यांची गाठ पडली. तो पहारेदार तलवार सरसावून पुढं आला, परंतु तो अर्धवट निद्रेत होता. संताजी मोकळेपणानं हसत उत्तरला.

'काय राव बघा तरी, बादशहाचे सरदार शिर्के–मोहितेंच्या हुक्मावरून पहाऱ्यासाठी गेलतो. आता चाल्लो.' त्या पहारेकऱ्याला काहीही शंका आली नाही. त्यानं त्या तिघांना जाण्याची परवानगी दिली.

दोन्ही भावांना काळोखात उभं करून संताजी पुढं गेला. पहारेदार आणि सैनिक स्वस्थ झोपले होते. त्यांच्या घोरण्याची त्याला खूपच गंमत वाटली. तो लष्करात शिरला. बादशहाच्या डेऱ्याचे तणावे तोडून, त्यानं सोन्याचे कळस काढून घेतले. काहीतरी गडबड असल्याची जाणीव होताच, मुसलमान सरदार डोळे चोळीत पुढं येऊ लागले. त्यांना पाहून संताजीनं लपत छपत येऊन, आपल्या भावांच्या हाती कळस सोपवले. गडद काळोखाचा फायदा घेऊन ते तीन दिशांना पळत सुटले.

✻ ✻ ✻

इतिकदखान रायगडास वेढा घालून बसला. परंतु तो मजबूत किल्ला हाती येण्याचं चिन्ह दिसेनाच. खान पुरता कंटाळून गेला. त्यानं एका मराठा सरदारास वाईची देशमुखी देण्याचा वादा केला. दुसऱ्या दिवशी रायगडचा दरवाजा उघडा दिसला. त्यानं अल्लाचे आभार मानले. आपल्या फौजांना इशारा केला. सैनिक 'दीन दीन जिहाद. दीन दीन जिहाद' अशा घोषणा देत गडात घुसले. इतिकदखान महाराणी येसूबाईसमोर उभा राहिला. त्याला पाहून त्या चक्रावल्या. परंतु त्याचा इरादा जाणून त्या उत्तरल्या.

'खानसाहब, हमारे शौहर को बादशहाने मार डाला. हमारा देवर राजाराम हमको यहीं छोडकर चला गया. इस अवस्था में आपही हमारे माँ-बाप हैं. आप हमें धोखा न दीजिएगा.'

महाराणीच्या शब्दांनी त्याच्यातही इन्सानियत जागी झाली. तो थोडासा सुखावला.

'रानीसाहबा, आप हमारी अम्मीजान की तरह है । आप फिक्र न करे, हमारे साथ चलियेगा ।'

अश्रूपूर्ण नजरेनं आपल्या लाडक्या रागयडाकडे पाहून, येसूबाई, बाळराजे, सकवारबाई समवेत जड पावलांनी चालू लागल्या. बंद मेणे निघून जाताच त्यांनं महाराजाचं सिंहासन फोडलं. रायगडही लुटून फस्त केला. बरेच कैदी आणि लूट घेऊन तो बादशहासमोर उभा राहिला. त्यांनं केलेला पराक्रम पाहून बादशहा फार खूष झाला.

'इतिकदखान, तुम्हारी करतूत पर हम निहायत खुश हैं । तुम्हें झुल्फिकारखाँ यह खिताब देनेमें हमें खुशी हैं ।

'लेकिन संबाका वह लडका कहाँ है?'

'लाता जहांपनाह् ।'

थोड्याच वेळात इतिकदखाँ बाळराजेंना घेऊन आला. छोटे शिवाजीराजे ऐटीनं बादशहासमोर उभे राहिले. सावळा गोल चेहरा, तेजस्वी नेत्र, उभं रहाण्याची तीच शिवाजीराजेची ढब, सुदृढ प्रकृतीचा ८-९ वर्षांचा संभाजीचा पुत्र पाहून बादशहाच्या मनात नकळत प्रेम निर्माण झालं.

'कुर्निसात करो बेटा.'

झुल्फिकारखाँच्या सांगण्याप्रमाणं समोर बसलेल्या बादशहाला त्यांनी मुजरा केला. शिवाजी-संभाजी त्याच्यापुढं कधीही वाकले नसल्यामुळं, बाळराजेंच्या मुजऱ्यामुळं तो खूप सुखावला.

'तुम्हारा नाम क्या है बेटा?' त्यानं आपली दाढी कुरवाळून, मांडीवरची टोपी उचलली.

'शिवाजी'

शि-वा-जी ही तीन अक्षरं संताप आणणारी होती. त्या लबाड, धूर्त राजाचं नावच घ्यायला नको असा विचार करून, त्यानं आपली तीक्ष्ण नजर बाळराजेवर स्थिर केली.

'बेटा, आम्ही तुला 'सावू' म्हणणार आहोत. आवडेल ना?'

'जी, खुदावन्त'

'बेटे, तुमचे चाचा राजारामनं तुम्हाला स्वाधीन करण्याचा आग्रह धरला आहे. दोनचार दिवसात आम्ही तुम्हाला मुक्त करणार आहोत.'

'आलमपनाह, रायगडचं राज्य करण्याचा काकांचा इरादा आहे. आमचे वडिलांस कैदेत ठेवून राज्य घेण्याचे प्रयत्न त्यांनी केले. रायगडावर धरणे आले. तेव्हा आम्हास एकटे सोडून जिंजीकडे गेले. आता आम्हाला कैदेत ठेवतील. आपण त्यांचे पारिपत्य करून, आम्हास राज्यावर बसवाल तेव्हाच राज्य करू.'

येसूबाईंनी पढवून पाठविल्यामुळं शाहू न घाबरता बादशहाच्या प्रश्नांची योग्य उत्तरे देत होते. बादशहा त्यांच्यावर खूष झाला. त्यानं त्या सर्वांची योग्य बडदास्त ठेवण्याचा झुल्फिकारखानास हुक्म दिला. ते ऐकून शाहू राजे सुखावले. बादशहाचा निरोप घेऊन ते झुल्फिकारखानाबरोबर चालू लागले.

✳ ✳ ✳

राजारामहाराज जिंजीत प्रवेशले. प्रल्हाद निराजी, बहिर्जी घोरपडे, खंडोबल्लाळ, रुपाजी, निळो मोरेश्वर इत्यादी मंडळी त्यांच्याबरोबर होती. यांनी औरंगजेबास शह देण्याची तयारी सुरू

केली. किल्ला सर करून मोगल दुसरीकडे वळताच, आपल्या फौजा पाठवून गड घेण्यास त्यांनी सुरुवात केली. त्यामुळं बरीच मंडळी लपत छपत जिंजीत आली. प्रल्हाद निराजी आणि खंडोबल्लाळ यांनी स्वतःवर सर्व जबाबदारी घेऊन महाराजांस स्वास्थ्य मिळवून देण्याची पराकाष्ठा केली.

जिंजीत येऊन स्थिर झाल्यावर, महाराजांनी दरबार भरविला. त्यासाठी तयारी सुरू झाली. वाड्यांतल्या दरबार महालाच्या भिंतीवर किनखापी पडद्यावर सोन्या-चांदीचं नक्षीकाम झगमगू लागलं. खाली लावलेल्या मोत्याच्या झालरींनी त्यांना अधिकच शोभा आणली. बैठकांवर गुलाबी रंगाचं रेशमी आच्छादन आणि त्यावरचे पांढरे साटीनचे तक्के फारच सुंदर दिसत होते. छताच्या झुंबरातून निळा प्रकाश हळूहळू बैठकीवर येऊ लागला. मध्यभागी राजाराम महाराजाचं हिरेजडित सिंहासन होतं. बाजूला जरीच्या कशिद्यानं झगमगणारं उच्चासन होतं. सरदार मंडळी आपापल्या हुद्याप्रमाणं येऊन स्थिर होताच, गुर्जबरदारांचे पुकार ऐकू आले.

'सावधानSS, निग्गाह रख्खो, गोब्राह्मण प्रतिपालक क्षत्रिय कुलावतंस राजाराम महाराज आ रहे है' महाराजांचे पाय पुढं पुढं येऊ लागताच, मंडळींनी उभं राहून उत्थापन दिलं. महाराज सिंहासनावर स्थिर झाले. त्यांच्या गोऱ्यापान नाजुक देहयष्टीवर आकाशी रंगाचा अंगरखा होता. त्यांच्या कमरेला पिवळा शेला होता. त्यात पित्याची हिरेजडित तलवार शोभत होती. खाली खुतनीचा चोळणा करून, त्यांनी पायात लखनवी चढाव घातले होते. छातीवर मोत्यांच्या माळा रुळत होत्या. त्याबरोबर कवड्यांची माळही होती. कानात हिऱ्याचा चौकडा चमकत होता. त्यांच्या गोऱ्यापान कपाळावर शिवगंध असून, ओठावर काळी रेघ स्पष्ट दिसत होती. नाजुक हनुवटीला लहानशी

भुरी दाढी होती. सिंहासनावर स्थानापन्न झालेली आपल्या राजाची मूर्ती पाहून सर्वांच्या प्रेमाला भरतं आलं.

सर्व सरदारांनी आपल्या महाराजांना अहेर केला. सतका समारंभ झाल्यावर, अलंकार-वस्त्रांनी भरलेली तबकं पडद्यामागं गेली. निळो मोरेश्र उभे राहून अदबीनं बोलले.

'महाराज, आपण राज्याभिषेक घेणं फार जरुरीचं आहे.'

'निळोपंत, आम्ही छत्रपतिपद आणि राजचिन्हे धारण करूनच या सिंहासनावर आलो आहोत. राज्याभिषेकाचे अधिकारी बाळराजेच आहेत. आम्ही करतो ते तरी त्यांचेसाठीच आहे. प्रसंगास सर्व लोकांस त्याजकडेच पाहणे आहे. हे कारण ईश्वरेच नेमिले आहे.'

'कृष्णाजी अनंत सभासद उठले. आपले उपरणं गळ्याभोवती गुंडाळीत ते अडखळत बोलले,

'महाराज, पण...'

'कृष्णाजीपंत, आमचा निश्चय कायम आहे. आम्हास राज्याचा लोभ नाही. निळोपंत, तुम्ही आमचे पेशवा. आता तुम्हीच पूर्वीच्या व्यक्तींना, त्यांचे अधिकार द्यावेत. मात्र प्रल्हादपंत शहाण्यासाठी 'प्रतिनिधी' हे पद निर्माण करा.'

'आज्ञा महाराज, खंडेराव दाभाडेस सेनाधुरंधर पद देऊन गुजरात-बागलाणकडे पाठविण्याचा इंतजाम केलाय.'

'ठीक, आता खंडोबल्लाळ यांची चिटणीशी कायम करा.'

'आपली इच्छा प्रमाण, महाराज, संताजी घोरपडेंनी तुळापुरी जाऊन पातशहाच्या लष्करावर छापा घालून, डेऱ्यावरचे सोन्याचे कळस कापून आणले.

'वाहवा, बिहोत अच्छा, पंत, त्यांना साहेब-नौबत हा खिताब आणि वस्त्रे द्या.'

हुजऱ्यानी वस्त्रालंकारांनी भरलेली तबकं आणली. महाराजांनी स्मितयुक्त नजरेनं स्पर्श करताच पेशवा निळो मोरेश्वर पुढं सरकले. त्यांनी हुद्याप्रमाणं प्रत्येकाला तबक दिलं. मानाची वस्त्रे घेऊन सरदार महाराजांपुढं नम्रतेनं झुकले.

निळोपंत, आमचं काम संपलं ना?

'होय महाराज.'

अत्तर गुलाब झाल्यावर महाराज उठले. गुर्जबरदारांच्या पुकारात ते चालू लागताच, मंडळी त्यांच्या मागून जाऊ लागली.

❋ ❋ ❋

नगाऱ्याचा विशिष्ट आवाज ऐकताच महाराजांना पुत्ररत्न झाल्याची खबर रयतेला समजली. साखरेची पोती हत्तीवर चढवून जिंजीत साखर वाटली. त्या वाड्यात आनंदोत्सव सुरू झाला. नामकरणासाठी पुरोहितांनी शुभमुहूर्त काढून दिला. त्या दिवशी वाडा पुष्पमालांनी सजला. सनई चौघडा वाजू लागला. बारशासाठी आप्तस्वकीयांबरोबर सरदार मंडळी जमू लागली. सुग्रास भोजनाच्या पंगती झडल्या. संध्याकाळ पसरली. भव्य दालनात स्त्रिया जमू लागल्या. पाळण्यावर सोन्या-चांदीच्या नक्षीबरोबर हिऱ्याचे मोर लखलखू लागले. मोत्यांच्या झालरी वाऱ्याबरोबर हलू लागल्या. ताराबाई हिरवा शालू आणि अनेक प्रकारचे दागिने घालून हसत हसत प्रवेशल्या. रेशमी झबलं, मोत्यांची नक्षी असलेलं जरीचं कुंचडं, दृष्टीची पोत आणि सोन्याच्या साखळीत असलेलं वाघनख गळ्यात घालून बाळाला सजवलं होतं. सोन्याची जिवती आणि मोत्याचा सर बाळाच्या छातीवर होता. चिमुकल्या मनगटात बिंदल्या होत्या. त्याच्या हालचालीबरोबर चाळ वाळ्यांचा होणारा आवाज सुमधुर वाटत होता. त्याच्या नेत्रांत काजळ आणि गालावर तीट

होती. पाच सुवासिनींनी पाळीपाळीनं बाळाला हाती घेऊन 'गोविंद घ्या कुणी गोपाळ घ्या' असं म्हणत पाच वेळा पाळण्याखालून वर घेतलं. पाचही जणींनी त्याला पाळण्यात ठेवल्यावर राजसबाई बाळाच्या कानात पुटपुटल्या. बाळ हातपाय हलवू लागताच त्या म्हणाल्या,

'बाळाचं नाव शिवाजी राजे.'

'वाजंत्री वाजू लागली. सरदारांनी बहुमूल्य नजराणा देऊन आनंद व्यक्त केला. या समारंभाला तंजावरहून महाराजांचे चुलतभाऊ शहाजीराजे आपल्या परिवारासह उपस्थित असल्यामुळं, सर्वांना खूपच आनंद झाला. मंडळी घरोघर जाताच, महाराजांनी आपल्या कामात मन घातलं. दररोज येणाऱ्या नवीन खबरांमुळं घबराहट पसरत असल्यानं महाराज फार त्रस्त झाले. त्यांनी अष्टप्रधानांस बोलावून विचार विनिमय केला.

'निळोपंत, तुमचं मत ऐकू द्या.'

'महाराज, झुल्फिकारखाँनं कडप्पा आणि अर्काट हे दोन्ही प्रांत धुळीला मिळवलेत. आता जिंजीत रहाणं धोक्याचं आहे.'

'मग कुठं जायचं?'

'तंजावरकडे जावं.'

शंकराजी नारायणला हा प्रस्ताव बिलकुल मान्य नव्हता. ते महाराजांकहे पहात म्हणाले.

'महाराज, मध्येच बोलल्याबद्दल क्षमा असावी, परंतु आपण तंजावरी जाऊ नये. शहाजीराजेंना स्वत:च्या बचावाची चिंता आहे. खानानं फ्रेंचांनाही आपल्याला आश्रय न देण्याबद्दल आग्रह धरला आहे.'

'अशा परिस्थितीत महाराजांनी गड सोडू नये. आम्ही पाहतो काय करायचं ते!

'प्रल्हाद निराजींनी मंत्रीमंडळातर्फे आश्वासन देताच महाराजांची परेशानी दूर झाली.

'ठीक आहे, मंडळी, आमची सर्व भिस्त तुमच्यावरच आहे.' इतर कामकाजाबद्दल बोलून त्यांनी मंत्रिमंडळाला जाण्याची अनुज्ञा दिली.

✳ ✳ ✳

पश्चिमेकडे राजगिरी, उत्तरेला कृष्णगिरी आणि चांद्रायणा, दक्षिणेस असल्यामुळं जिंजीचा किल्ला सर करणं फार कठीण होतं. तरीही बऱ्याच तोफा, दारुगोळा आणि रसद बरोबर घेऊन खानानं वेढा दिला. पाच सहा वर्षपर्यंत वाट पहात मोगल सैनिक बसले होते. मराठेही फार फार कंटाळले.त्या प्राप्त परिस्थितीवर विचार करून, ताराऊनं शिवाजीसमवेत निश्चयर्यानं पाऊल पुढं टाकलं.

'निळोपंत, कच खाण्याची ही वेळ नव्हे. स्वारीला तुम्ही मागं का ओढता?'

'राणीसाहेबऽऽ' निळोपंतांना परिस्थितीची भयानकता सांगायची होती, परंतु ते बोलले नाहीत.

'निळोपंत घाबरू नका. आमच्यावर विश्वास ठेऊन, तुम्ही मोगलावर तुटून पडा.'

'राणीसाहेब महाराजऽऽ'

'त्यांचं भय नको. ते असाच आदेश देतील.'

रात्र झाली. वाडा प्रकाशानं उजळला. खलबतखान्याच्या द्वारावर दोन शिपाई तलवारी घेऊन उभे राहिले. मंडळी समवेत महाराज आले. समयांच्या मंद उजेडातही त्यांच्या मुद्रेवरची चिंता स्पष्ट

दिसत होती. ते आपल्या आसनावर स्थिरावताच रामचंद्रपंत मुजरा करून उत्तरले.

'महाराज, संताजी, धनाजी मोगलावर चालून येत असल्याचं समजलंय. त्याशिवाय इस्माइल खानाला कैद केल्याची खबर आत्ताच हाती आलीय.'

'बहोत अच्छा, आता जोरदार हमला करून मोगलांना पळवून लावा.'

'महाराज, आज मध्यरात्रीच आम्ही त्यांना गाठतो.'

'त्यांच्या बेसावधीचा फायदा घ्या, झुल्फिकारखॉस जेरबंद करा, म्हणजे फौज पळत सुटेल.'

'महाराज, राणीसाहेबांचीसुद्धा अशीच धारणा आहे.'

महाराज उठताच, मंडळीही त्यांच्यामागून जाऊ लागली.

हर हर महादेवऽऽऽ, हर हर महादेव! अशा बुलन्द गर्जना देत, घट्ट काळोखाला फोडीत, मराठे मोगलावर चालून गेले. झोपेत असलेले ते सैनिक घाबरून उठले. खानाची तर भीतीनं बोबडीच वळली. तो बेदम होऊन वेड्यासारखा पहात राहिला. खानाला पकडून, महाराजांसमोर उभा केला. तो शरमेनं मान झुकवून राहिला.

'महाराज, आपण म्हणाल तितका पैसा तुमच्यासमोर ओततो, परंतु मला मुक्त करावं.'

'नाही, आम्ही तसं करणार नाही.'

'महाराज माफ कीजिएगा.'

त्यानं महाराजांची खूप विनवणी केली. महाराज थोडे सचिंत झाले. थोडा वेळ विचारात घालवून विचारलं.

'आम्ही तुम्हाला मोकळं केलं तर तुम्हाला वेढा उठवून जावं लागेल.'

'महाराज, मी हुक्माचा ताबेदार. बादशहाच्या संमतीशिवाय मी काय करणार? परंतु आपलं नुकसान होऊ देणार नाही.'

'मंत्रिमंडळाच्या मनात नसतांनाही महाराजांनी त्याची कैद रद्द केली.

∗ ∗ ∗

महाराज चिंताग्रस्त अवस्थेत दमणी महालाबाहेर उभे होते. आतून बालकाच्या रडण्याचा आवाज ऐकताच त्यांचं समाधान झालं. दासीनं येऊन त्रिवार मुजरा केला.

'बाळराजे जलमले.'

'महाराजांनी हातातला हिरा काढून दासीला दिला. ती गेल्यानंतर थोड्या वेळानं त्यांनी राजसबाईंची भेट घेतली. बाळाला पाहून त्यांनी 'संभाजी' नाव ठेवण्याची सूचना केली.

हत्तीवरून साखर वाटण्याचा हुक्म पाठवून ते आपल्या महालात परतले.

दिवस सरकत गेले तरीही त्यांच्या मनाला स्वास्थ्य नव्हतं. मोगलांची कटकट मिटली नव्हती. लढाईची धामधूम सारखी चालूच होती. मनाला यत्किंचितही स्वास्थ्य नव्हतं. बादशहाच्या कैदेत असलेल्या येसूबाईबद्दलची चिंता त्यांना खूप सतावत होती. त्यात ताराबाई आणि राजसबाई तख्ताच्या अधिकारासाठी भांडत असल्याचं ऐकून त्यांना फार दु:ख झालं. महत्त्वाकांक्षेनं प्रेरित होऊन राज्यलोभासाठी कारस्थानं करणाऱ्या राण्यांपेक्षा पतीच्या सेवेत मग्न असणारी सगुणाबाईच त्यांना जवळची वाटली. शिवाजी-संभाजीपेक्षा तिचा कर्णच त्यांना आवडू लागला. त्यांनी कर्णाला आपल्या महालात बोलावून घेतलं.

'तेरा वर्षाच्या कर्णानं येऊन मुजरा केला. त्यांच्या मुद्रेवर

विलसणारे पराक्रमाचे तेज पाहून ते विस्मित झाले. त्यांनी कर्णाला आपल्याजवळ बसवून घेतलं. सावळ्या मानेवर रुळणाऱ्या कुरळ्या मऊशार केसांना त्यांनी स्पर्श केला.

'राजे, तुम्हाला खंडोबल्लाळ समवेत खानाकडे पाठवू इच्छितो.'

'आपली आज्ञा आम्हाला शिरसावंद्य आहे. परंतु...'

'आबासाहेब, आमच्याबद्दल चिंता करू नये. या तख्तासाठी जान कुर्बान करायला आम्ही मागं हटणार नाही.'

'शाब्बास बेटे'

दुसऱ्या दिवशीच आपल्या माता-पित्याचा पदस्पर्श मस्तकी लावीत राजा कर्ण खंडोबल्लाळ समवेत निघाला. वांदिवॉशच्या भव्य वाड्यात खानानं राजा कर्णाचं स्वागत केलं. खंडोबल्लाळानं इस्लामी वेषातले आपले नजरबाज सर्वत्र पेरले असल्यामुळं मनातलं भय थोडसं ओसरलं होतं. राजा कर्णाला अनेक आमिष दाखवून खान वश करू पहात होता. परंतु त्याच्या मधुर आणि चतुर शब्दांपुढं खानाला काहीच करता आले नाही.

'राजा कर्ण, आपपर हम बेहद खुश है. परंतु बादशहाला समेटाचा प्रकार बिलकुल पसन्द नाही.'

'ठीक आहे. खानसाहब, तुम्ही वेढा चालू ठेवा, परंतु आम्हास अगोदर कल्पना द्या.'

'लेकिन...' खान अडखळला. स्वत: केलेला 'वादा' तो विसरला.

'खानसाहब, तुम्ही आमच्या आबासाहेबांना दिलेल्या शब्दांची आम्हाला याद आहे. आम्ही मराठे शब्दांचे पक्के आहोत. तुम्ही तस्संच असावे, असे आम्हास वाटते.'

खान त्याच्याकडे आश्चर्यनि पहातच राहिला. लहानग्या परंतु

तेजस्वी राजपुत्राचे त्याने मनातल्या मनात खूप कौतुक केले. त्याला बहुमूल्य नजराणा देऊन निरोप दिला.

❊ ❊ ❊

प्रल्हाद निराजीच्या मृत्यूमुळे महाराज फार बेचैन झाले. अशा परिस्थितीत संताजी घोरपडे, धनाजी जाधवांच्या भांडणात त्यांना निर्णय घेताच येईना. दोघंही यांना सारखेच प्रिय असल्यामुळे, काय करावे हेच त्यांना सुचत नव्हतं. ते महालात बसून त्यावर विचार करीत असता. रामचन्द्रपन्त खंडोबल्लाळसह आत आले.

'महाराज, झुल्फिकारखानाने आपल्याला जिंजीतून बाहेर नेण्याची माझ्याशी मसलत केली.' पंन्ताच्या बोलण्यामुळे खंडोबल्लाळ बुचकळ्यात पडला. त्यात काहीतरी काळंबेरं असल्याचा त्याला संशय आला.

'पंत, खानाने महाराजांना निघून जाण्याची झजाजत दिली तरी गणोजी शिर्के, कृष्णराव माहिते वगैरे सरदार घात केल्याशिवाय रहाणार नाहीत.'

'राजाराममहाराज विमनस्क होऊन पहात राहिले. पंतांनाही त्याचं म्हणणं फारसं पटलं नाही.

'असं म्हणता?'

'पंत, आम्ही म्हणतो ते अगदी खरं आहे. संभाजीमहाराजांनी वतन दिलं नाही म्हणून हे बादशहाला सामील झाले. रायगडची मेणाची प्रतिमा भेट देऊन, आतले बाहेरचे सर्व मार्ग दाखवून दिले. आताही स्वार्थापोटी महाराजांना पकडून दिल्याशिवाय ते रहाणार नाहीत.'

त्याच्या शब्दात बरंच तथ्य असल्याचं दोघांच्याही लक्षात आलं. पंतांना काय करावं हेच सुचेना.

'मग काय करावं.'

'पंत त्यांना भेटण्याची परवानगी द्या.'

'ठीक आहे. भेटा, परंतु सावधगिरी ठेवा. दगाबाजीला बळी पडू नका.'

'मघापासून फक्त ऐकण्याचं काम करीत असलेले महाराज बोलले.

'पंत, तुम्हीही त्यांच्यासंगं जावं हे उत्तम.'

'जातो, महाराजांचा आशीर्वाद असावा.'

'पंत, आमच्या आशिर्वादात आता बळ नसावं.'

'महाराजांनी निराशेपोटी असं बोलू नये.'

'पंत, तुम्ही चला, आम्हाला एकान्ताची फार आवश्यकता आहे.'

दुसऱ्याच दिवशी पंत खंडोबल्लाळ समवेत शिर्केच्या डेऱ्यात प्रवेशले. दोघांनी गणोजीची खुशामत करून, त्याला खूष केलं. त्यानं हुजऱ्याला इशारा करून, सरबत आणून घेतलं. स्वतः जातीनं सरबताचे पेले त्यांच्या हाती दिले.

'सरदार शिर्के, तुम्ही दिलदार मनाची माणसं, त्यात राजवंशाचे रिश्तेदार. यावेळी तुम्ही उदार मनानं कृपादृष्टी फेकलीत, तर आमचे महाराज बचावणार आहेत.

'पंत, केवळ वतनापायीच आम्ही पारखे झालो ना? त्यामुळंच आमच्या बहिणीला बादशहाच्या गिरफ्तारीत अडकावं लागल, आणि हे सगळं रामायण घडलं.'

तो थोडासा हाललेल्याचा अंदाज दोघांनाही आला. त्यांच्या नजरेतून इशारे सरकले. खंडोबल्लाळ बोलला,

'सरदार शिर्के, यावेळी आपण मागाल ते महाराजांसाठी

देऊ! निश्चित देऊंच!'

'गणोजीचा पुतण्या रामाजी तिथंच बसला होता. तो चुलत्याच्या कानाशी लागला. गणोजी उत्तरला.

'खंडोबल्लाळ, आम्हाला आठवतं की तुम्ही दाभोळचे वतनदार आहात!'

'होय. महाराजांनी मला तिथली देशमुखी दिलीय.'

ते दाभोळचं २५ हजाराचं वतन तुम्ही छत्रपतीच्या सहीशिक्क्यानिशी आमचे हवाले करीत असाल तरच...'

'समजलो. स्वामी कार्यापेक्षा मला वतनाचं महत्त्व नाही. शपथपूर्वक दाभोळचं वतन मी तुम्हास देतो.'

त्याच औदार्य आणि स्वाभी भक्ती पाहून पंत आणि शिर्के अवाक् झाले.

दोन दिवसात दाभोळचं वतन शिर्क्याच्या हाती आलं. त्यांनी कागद निरखून पारखून घेतलं.

'खंडोबल्लाळ, उद्या रात्री पाठवा तुमच्या महाराजांना, मात्र वतनाबद्दल कुठंही बोलायचं नाही.'

'जी, आता निरोप द्यावा.'

खंडोबल्लाळ निघाला. बरीच रात्र झाल्यावर, पलिते घेऊन मार्ग दाखवित असलेल्या सैनिकासमवेत पालखी येऊ लागली. ती बंद पालखी घेऊन चालणाऱ्या भोईंना रखवालदारानं अडवलं.

'कौन है? खोलो'

घोड्यावरून दौडत आलेले गणोजी, रामाजी पायउतार झाले. गणोजी अधिकारी स्वरात उत्तरला.

'हमारी ममेरी बहन है, छोडो.'

त्या पालखीकडे न पहाताच जाऊ दिलं. गणोजीनं ती

पालखी स्वतःच्या गोटात आणली.

सकाळ झाली. पक्षांचा मधुर आवाज कानी आला. हवेतला हलका गारवा सुखवू लागला. तांबडंबुंद सूर्यबिंब पूर्वेला दिसू लागलं. शिकारीचा पोशाख चढवून गणोजी महाराजांसमोर आला.

'रामराजे, भाळीचं शिवगंध पुसून हा किर्मोश मस्तकी ठेवा. आज तुम्ही आमच्याबरोबर शिकारीला चलावं.'

महाराज समजले. ते गणोजीसमवेत निघाले. निश्चित जागी येताच रामराजे धनाजी जाधवांच्या फौजेत सामील झाले. दोनचार दिवसानंतर युक्ती प्रयुक्ती करून धनाजीनं त्यांना विशाळगडावर आणून सोडलं.

राजाराममहाराज निसटल्याची कुणकुण लागताच पूर्वी ठरल्याप्रमाणं झुल्फिकारखाँनं जिंजीवर आक्रमण केलं. गड त्याच्या ताब्यात आला. महाराजांच्या पत्नी आणि मुलं खानाच्या हाती लागली.

'रानीसाहबान्, आम्ही गिरफ्तार करून तुम्हाला बादशहा पुढं नेणार आहोत.'

ताराबाई सोडून इतर राण्या घाबरून गेल्या. ताराबाई पदर खोचून पुढं आली. ते अप्रतिम सौंदर्य पाहून खान चकित झाला. तिच्या चेहऱ्यावरचा निश्चय आणि करारीपणा पाहून त्याच्या त्याच्या मनातले विचार थिजून गेले.

'खानसाहब, आम्ही राजघराण्यातल्या स्त्रिया. आमचं नख देखील सामान्य लोकांना दिसत नाही. आमचं दुर्दैव ओढवलं म्हणूनच आम्ही इथं उभ्या आहोत. तुम्ही आमचे धर्माचे भाऊ आहात, आम्हाला सुरक्षितपणानं देशी जाऊ द्यावं. अल्लाच्या घरी तुम्हाला पुण्य प्राप्ती होईल.'

त्या शब्दांनी खानावर भलतीच जादू केली. त्याला भूतकाळ आठवला. राजाराममहाराजांनी केलेले उपकार त्याला आठवले.

'बहनजी, हम हुक्क्के बंदे है. हम आपको गिरजोजीके हवाले करनेकी कोशिश करेंगे.'

'भाईसाहेब, ठीक आहे. गिरजोजी आम्हाला पोचवतीलच.'

सूर्य आपल्या प्रकाशाला गोळा करून पश्चिमेत डुबण्याच्या तयारीत होता. दुपारच्या कडक उन्हाचा तणाव कमी होताच, झाडापेडांची मोकळी हालचाल सुरू झाली. पक्षी-गुरंढोरं घराकडे परतण्यासाठी अधीर झाली. राजारामहाराज अंगाभोवती शाल लपेटून विशालगडच्या बालेकिल्ल्यात उभे होते. त्यांची नजर सर्वत्र भिरभिरत होती.

येसबा दाभाड्यांनं येऊन त्रिवार मुजरा केला. महाराजांजी दृष्टी वळली.

'येसाबाकाका, काय आहे?'

'महाराज, शंकराजी, धनाजी जाधव, पंत बी आल्यात.'

'येऊ दे त्यांना.'

'एकामागून एक सरदार आले. सर्वांचे मुजरे झडले. महाराजांनी त्यांच्याकडे अर्थपूर्ण नेत्र स्थिर केले.

'महाराज, बादशहानं बेदारबख्त पन्हाळ्यास, आजमशहास पेडगाव आणि फिरजजंगला रायचूरकडे पाठवून नाकेबंदी केलीय, आपण विशाळगडी न राहता साताऱ्यास जावं.'

'पंत, आम्हाला वाटतं की साताराच राजधानी असावी. ते स्थान मध्यभागी असल्यामुळं सर्वार्थानं चहूंकडे लक्ष राहील. तुमच्या मताप्रमाणं आम्ही साताऱ्यात राहतो.'

'महाराज, मी सर्व तजवीज करतो. आता स्वस्थ न बसता

औरंग्यावर चालून जाणंच उत्तम!'

'पंत, अशी घाई कामाची नाही. चहूकडून आमचे सरदार मोगलांना नाकी दम आणीत आहेत. मराठ्यांपुढं डाळ शिजत नाही हे पाहून तो कष्टी झालाय. आता तो स्वत:च युद्धासाठी निघणार असा अंदाज आहे.'

'म्हणजे तो ब्रह्मपुरीचा तळ उठवून, मावळ भागात येणार म्हणायचा!'

'होय पंत तुमचा होरा एकदम बरोबर!'

मन लावून ऐकत असलेले शंकराजी चुळबुळ करू लागले. त्यांना बोलायचंय हे महाराजांनी ओळखलं.

'बोला, शंकराजी.'

'महाराज, पाणकळा आत्ता संपेलच. सैन्य भरती केल्याशिवाय मोगलांना तोंड देणं फार कठीणच आहे.'

'शंकराजी, तुम्हीच खेडोपाडी जाऊन सैन्यभरतीचं काम करा.'

'जी महाराज.'

'धनाजी, यावेळी आम्ही स्वत: जातीनं लढाईसाठी बाहेर पडणार आहोत. प्रथम कोकणात जाण्याचा मानस आहे.'

'महाराज आपली तबीयत?'

'आता त्याबद्दल बोलायचं नाही. लढता लढता मरण आलं तर आम्ही स्वत:ला भाग्यवान समजू.'

'महाराज, आपण लाखांचे पोशिंदे. असं अभद्र बोलू नये.'

'शंकराजी, मरणाला भिऊन कसं चालेल? जन्म मरणाचा लपंडाव चाललेलाच असतो. म्हणूनच या जीवनात मजा असते.'

'तो अशुभ विषय थांबविण्यासाठी पंतांनी विषयच बदलला.

सर्वांचं लक्ष आकर्षित करण्यासाठी त्यांनी विचारलं.

'कोकणात कधी निघायचं?'

'केशवभटाला मुहूर्त द्यायला सांगा.'

'आज्ञा महाराज.'

'धनाजी, आमचा जनानखाना सातार्‍यास आणण्याचा इंतजाम करा. ते काम तुमच्या वाचून होणार नाही.'

'महाराजांनी चिंता करू नये. मी त्याच कामाला लागतो.'

पावसाळा विशाळगडावर घालवून मंडळी तिथून बाहेर पडण्याच्या गोष्टी बोलू लागली.

❊ ❊ ❊

खंडेनवमीला शस्त्रांची पूजा झाली. दुसर्‍या दिवशी विजयादशमीच्या सुमुहूर्तावर महाराज निघाले. मोगरशिंग वाजू लागलं. ढोल नगार्‍याच्या आवाजानं दिशा दुमदुमल्या. अश्वदळ–पायदळा–समवेत महाराजांची पालखी निघाली. महाराज बरोबर असल्यामुळं सैनिकांत जोश उत्पन्न झाला. जिवावर उदार होऊन ते सामना देऊ लागले. एका मागून एक गड हाती येऊ लागला. महाराज त्यावर हुशार किल्लेदाराची नेमणूक करून आगेकूच करू लागले. मार्गात असतानाच जनानखाना पन्हाळ्यास आल्याची बातमी समजली. परंतु चहूकडून मोगल उभा असल्यामुळं महाराज तिकडे न जाता ते चंदनवंदन किल्ल्यातून बाहेर पडलेच.

यावेळी त्यांच्याबरोबर खंडेराव दाभाडे, राणोजी घोरपडे, परसोजी भोसले, हैबतराव निंबाळकर वगैरे मंडळी होती. अदरकीच्या घाटातून पार पडल्यावर ते सुरतेकडे वळले. पुढे गेलेला राणोजी त्यांच्या पालखीपाशी आला. त्याची घाबरलेली अवस्था पाहून महाराजांनी विचारलं.

'राणोजी, तुम्ही इतके घामाघूम का झालात?'

'महाराज, घात झाला. बेदरबख्त, चीनकिलीजखान, झुल्फिकारखाँ, नऋतजंग चहूंकडून आपल्या रोखानं निघालेत.'

'राणोजी, घाबरू नका. आमची तैयारी आहे. सैनिकांना कल्पना द्यावी हे उत्तम'

'सैन्य पुढं चालू लागलं. परिंड्याजवळ बेदरबख्तच्या फौजेनं त्यांच्यावर हमला केला. थोडीशी चकमक उडाली. त्याला हुलकावण्या देण्यासाठी ते मागं वळले. धनाजी, राणोजीनं सैनिकांचं जाळं पसरल्यामुळं मोगलांचं काहीच चाललं नाही. तरीही हमीदुद्दीनखानानं कन्हाडजवळ त्यांच्यावर जोरदार हल्ला चढविला. मराठा सैनिकही तयारीत होते. तलवारीचा खनखनाट झाला. रक्ताचा चिखल झाला. कांटेकुटे, चिखल तुडवीत मुसलमान पळत सुटले. हमीदुद्दीनखानाचा पूर्ण पराभव झाला. तो मसूरचे गढीत लपून बसला. दादो मल्हार ही विजयाची खबर घेऊन निघाला. यावेळी महाराज भीमा नदी पार करून ब्रह्मपुरीस जाण्याच्या विचारात होते. बादशहा तिथं नसल्यामुळं, पहाऱ्याच्या ढिलाईचा फायदा घेऊन, येसूबाई, शिवाजीराजेंना मुक्त करून, नेण्याची त्यांची इच्छा होती. परंतु सातारा किल्ला घेतल्याचं वृत्त ऐकून ते परत फिरले. या दगदगीमुळं मार्गातच त्यांची तबीयत बिघडली. ताप येऊ लागला. कफ बळजोर झाला. ते साताऱ्यास न जाता सिंडगडावर येऊन पोहेचले. फाल्गुन महिना होता. तरी गडावर शीतलता होती. महाराजांचा बुखार कमी होत नव्हता. पाण्यातून बाहेर आलेल्या माशासारखे ते फडफडत होते. प्रेमाची माणसं ही दूर होती. रामचंद्रपंत पायांशी बसून त्यांची देखभाल करीत होते.

'दुपार झाली, महाराजांच्या अंगाची काहिली होत होती.

ग्लानीमुळं डोळे जड झाले होते. तरीही ते अडखळत बोलू लागले प्रयत्न करूनही वहिनींना आम्ही सोडवू शकलो नाही. आम्हाला दादांसमोर जाब द्यावा... लागेल. पंत, काहीही करून... बाळराजेंना... साताऱ्याच्या गादीवर बसवा. आता राज्यरक्षण करणे तुम्हाकडे आहे. तख्ताची... लाज तुम्ही राखावी. आम्हाला वचन द्या.'

'आपल्या राजाची अवस्था पाहून पंतांना रडू आवरेना. उपरण्यानं डोळे पुसून, ओठ गच्च आवळून त्यांनी हात पुढं केला. त्या हातावर हात ठेवीत असतानाच त्यांना रक्ताची उलटी झाली. राजवैद्य धावत आले. भस्म-मात्रा चाटवून ते उशाशी बसले. परंतु तासाभरात त्यांना जोराची उबळ आली. तांबड्या भडक रक्तानं बिछाना भिजला आणि त्यांनी अखेरचे डोळे मिटले.

∗ ∗ ∗

सिंहगडावर धावपळ सुरू झाली. भगवं निशाण खाली उतरलं. घोडेस्वार दौडत गेले. धैर्य एकवटून पंत उभे राहिले. त्यांनी जिवजीराजे भोसलेकडून महाराजांची अंतिम क्रिया करवून घेतली. दहाव्या दिवशी विशाळगडावरून अंबिकाबाई धावत आल्या. दहनविधीच्या स्थळीच त्या सती गेल्या. त्या दिवशी जिवजीराजेनी खूप दानधर्म केला.

पन्हाळगडाला बादशहाचा वेढा पडल्यामुळं, तिथून कोणालाही बाहेर पडता आलं नाही. तो पत्थर दिल किल्ला दुःखात पीचत राहिला. रामचंद्रपंत तिकडं जाण्यासाठी फकिराच्या वेशात निघाले. ते उत्तम उर्दू बोलत असल्यामुळे मुगली सैनिकांनी त्यांना जाऊ दिलं. करवंदी दरवाजातून ते आत वळत असताना पहारेकऱ्यानं त्यांना अडवलं.

'जयजय रघुवीर समर्थ, आता तरी ओळख पटली का?'

'व्हयजी, कंचा गावावरून आलासा.'

'सिंहगडावरून' पंताच्या स्वरात अधिकार उमटला.

'त्यांनं पंतांना आत सोडलं. त्यांनी स्वतःच्या आगमनाची खबर राणीवंशाकडे पाठवली. ताराबाईकहून इजाजत येताच, ते गर्दन झुकवून त्यांच्या महालात गेले. ताराऊराणीसाहेब श्वेत आसनावर लोडाला ओठंगून बसल्या होत्या. केवळ पंचविसाव्या वर्षींच कुंकूविहीन कपाळ पाहून पंतांना भडभडून आलं.

'राणीसाहेब, महाराज उमेदीनं मोगलास ठेचून बाळराजेंची मुक्तता करण्यास निघाले. परंतु साताऱ्यासाठी त्यांना वळावं लागलं. मानसिक ताण आणि दगदगीनं त्यांचा प्राण घेतला. ईश्वरी सत्तेपुढं आमचं काय चालणार? आपलं दुःख आम्ही जाणतो. परंतु आपण शोक आवरून आम्हाला मार्ग दाखवावा' पंतानी उपरण्यानं घाम पुसला.

'ताराऊराणीसाहेबांनी आवंढा गिळला. करुणभाव लोप पावून चेहऱ्यावर निश्चय उभा राहिला. त्यांनी आपले तीक्ष्ण नेत्र पंतांवर रोखले.

'पंत, राज्यरक्षणार्थ फार धावपळ करावी लागल्यामुळंच स्वारी आम्हाला मुकली. आता त्यांचं कार्य पुढं चालवणं. आलमगीर पन्हाळ्यास वेढा घालून बसलाय, सातारा काबीज केला आहे. अशा परिस्थितीत दुःखाचा पहाड बाजूला करून सांगतो पंत, आमच्या शिवाजीराजेची मुंज करून राज्याभिषेक करा.' पंतांना क्षणभर वेड्यागत झालं. राणीसमोर कसं बोलावं, हेच त्यांना समजेना. तरीही धीर करून ते बोलले.

'राणीसाहेब, थोरले शिवाजीराजे बादशहाच्या कैदेत आहेत.

ते वीस वर्षांचे आहेत. त्यांची मुंज होणे जरुरी आहे. ते लवकरच येतील अशी खबर भक्ताजी हुजरे आणि बंकी गायकवाडकडून मिळाली आहे. उभयतांची व्रतबंध एक समारंभे करू. ते तख्ताारूढ होतील हे युवराजपद करतील.'

'राणीसाहेबांचा चेहरा रागानं लाल झाला. त्या कठोर स्वरात बोलल्या.

'पंत, ते धनी आणि आमचे शिवाजीराजे तुम्हाला उपटसुंभ वाटले की काय? आमच्या स्वारीनं इतके श्रम केले. म्हणूनच ते तख्त दिसतंय, आमचे बाळराजे सल्तनतीचे अधिकारी आहेत अस पहावे.'

राज्यकारभार करण्याची आमच्यात हिंमत आहे!

'परंतु राणीसाहेब...' त्यांच्या मुखातून शब्द बाहेर पडलेच नहीत.

'पंत, आम्ही तुमचे शब्द जाणले आहेत. आम्ही आबासाहेबांच्या लाडक्या पुत्राची बायको असून सरनोबत हंबीरराव मोहित्यांची कन्या आहोत. दिलेली भाकर खाऊन जगण्याची आमची इच्छा नाही. स्वत:च्या कर्तबगारीवर राज्यकारभार करण्याची आमच्यात हिम्मत आहे.'

पंतांना महाराजांचे शब्द आठवले. परंतु त्यासंबंधी बोलण्याचं त्यांना धैर्य झालंच नाही.

'राणीसाहेब, आपला मनोदय योग्यच आहे. आता खाशानीच कारभार पहावा.'

'पंत, तुमच्या आणि परशुरामपंतांच्या सहकार्याशिवाय आम्ही काय करणार? तुम्हीच आमच्या शिवाजीराजेंना गादीवर बसवून, गनिमाच्या कचाट्यातून या सल्तनीला मुक्त करा.'

'परंतु धनाजी जाधव राजा कर्णाला राज्य देण्याचा विचारात आहेत.'

'तुम्हाला काहीच माहीत नसल्याचं दिसतंय. पंत, राजा कर्ण देवीमुळं दगावल्याचं वृत्त कालच हाती आलंय. आता तुम्ही देर न करता आमच्या शिवाजीराजेंना राज्याभिषेक करा.'

'पंतांचा अगदी नाइलाज झाला. राणीला सहकार्य देण्याचं कबूल करून ते निघाले.

✷ ✷ ✷

धनाजी जाधव, हणमंत निंबाळकर, रामजी भोसले वगैरे मंडळी मोगलांना परेशान करीत होती. तरीही औरंगजेब मागं हटत नव्हता. धनाजी, दादो मल्हार आणि कृष्णाजी मल्हार यांनी पराक्रमाची शर्थ केली. परंतु बादशहानं तो किल्ला जिंकला त्यानंतर वर्धनगड,

नांदगिरी, चंदनवंदन जिंकून तो विशाळगडाकडे वळला.

ताराऊराणीसाहेब आपल्या महालात बसल्या होत्या. शेजारी शिवाजीराजे होते. त्या पुत्राला उपदेश करीत होत्या. दासी आत येऊन नम्र स्वरात बोलली.

'मासाहेब, परशुरामपंत भेटायचं म्हनत्यात.'

'पाठव त्यांना.'

परशुरामपंत हळूहळू आत आले. राणीसाहेबांना मुजरा करून उत्तरले.'

'आलमगीर मलकापुरातून गडानजिक आल्याचं समजलंय.'

'ठीक आहे. तुम्ही चिंता करू नका. आम्ही सर्व इंतजाम करतो.'

'परंतु राणीसाहेब, विशाळगडाभोवती आसदखाँची फौज पसरली आहे, तो आता तोफा डागू लागला.'

'पंत, या संगीन दगडावर तोफांचा उपयोग होणार नाही. आपल्या लोकांना गोफणी तैयार ठेवायला सांगा.'

'राणीसाहेब, आता अनुज्ञा असावी.'

पन्त निघून गेल्यावर, त्या उठल्या. महालात फेऱ्या घालून त्यांनी विचार पक्का केला.

'चंद्रा, आमची लक्ष्मी तैयार ठेवायला सांग. आम्ही गड नजरेखाली घालणार आहोत.'

'आज्ञा राणीसाहेब.'

उन्हं कलत होती. झाडांच्या सावल्या काळ्या पत्थरांना झाकीत होत्या. सर्वत्र स्थिर शांतता पसरली होती. पहारेदार शस्त्रांसहित आपापल्या जागी उभे होते. मोतद्दारानं घोडी आणताच राणीसाहेब बाहेर आल्या. आपल्या मालकिणीला पाहून, आपले पुढचे

पाय उचलीत ती आनंदानं खिंकाळली. ताराबाईंनी तिच्या पाठीवर प्रेमानं थोपटीत रिकीबीत पाय घातला, रेशमी कायजा हाती घेऊन त्या अबलख घोडीवर स्वार झाल्या. पूर्ण विशाळगडाची पाहणी करून त्या परतल्या, तेव्हा सूर्यास्त झाला होता. चार वर्षांचे शिवाजीराजे धावत जाऊन त्यांना बिलगले.

चार–पाच दिवसातच मोगलांच्या तोफांचे धडम, धुदुम आवाज ऐकू येऊ लागले. अवाढव्य मोगली सेनेपुढं टिकाव लागणं कठीण असल्याचं जाणून त्यांनी परशुरामपंतांना बुलावा धाडला.

पंतांनी येऊन नम्रतेनं मुजरा घातला.

'आज्ञा व्हावी राणीसाहेब.'

'पन्त, मोगलांनी गडाला घेरलंय. आपल्या सरदारातही एकीची भावना दिसत नाही. अशा परिस्थितीत तुम्ही प्रतिनिधी या नात्यानं कोणती सलाह देणार आहात?'

'राणीसाहेबऽऽऽ' पंत अडखळले.

'बोला पंत, आम्ही फार अधीर आहोत.'

'राणीसाहेब, यावेळी काही वाटाघाटी करून मोगलांना स्वस्थ बसवण्याशिवाय दुसरा मार्ग दिसत नाही.'

'आमची तुमच्याकडून हीच अपेक्षा होती. तरीही रामचंद्र पंत अमात्याचं मत घेणं निहायत जरुरी आहे.'

'त्यांनाही असंच वाटू लागलंय.'

'ठीक आहे, आता आम्ही सांगतो तसा मसुदा तैयार करून बादशहाला पाठवा.'

परशुरामपन्तांनी कागद लेखणी घेतली. पगडी काढून त्यांनी हळूच घाम पुसला.

'सांगावं.'

'आमचे पुत्र शिवाजीराजे यास सात हजारी मनसब व दक्षिणेच्या देशमुखीचे हक्क मिळावेत. दक्षिणेच्या मोगल सुभेदाराच्या सेवेत आमचे पाच हजार मराठी सैनिक राहतील, त्याबदली पन्हाळा, सातारा, चंदनवंदन, परळी इत्यादी गडकिल्ले मिळतील. छत्रपती शिवाजीमहाराजांस दरबारी येऊन मुजरा करण्याची सक्ती नव्हती. तशीच आमच्या शिवाजीराजेस नसावी.'

'पंतांनी सुंदर अक्षरावर वाळू टाकून, तो कागद राणीसाहेबांच्या हाती दिला. त्यांनी संमतीदर्शक हालचाल करताच, मोहोरबंद करून तो खलिता त्यांनी रवाना केला.

'आमच्या वकिलास तुरन्त बुलावा पाठवा पंत.'

'आज्ञा राणीसाहेब.'

४

टोपीकर, फिरंगी, मोगल आणि सिद्दी यांचा प्रतिकार करण्यासाठी राणीसाहेब निश्चयानं उभ्या राहिल्या. त्यासाठी सैन्य भरतीही करण्याची त्यांनी योजना आखली. न्यायनिवाडा आणि राज्यकारभारही त्या स्वत: जातीनं पहात होत्या. इतक्या जबाबदाऱ्या असूनही त्यांनी देवदर्शन कधीच चुकवलं नाही.

सोमवारचा उपवास असल्यामुळं, त्या लवकरच शिवमंदिराकडे निघाल्या. शिवाजी आणि सोयरा ही भावंडं बाहेर पडताच संभाजीनं पुढं येऊन त्यांना विचारलं.

'मासाहेब, आम्ही येऊ का?'

'या, परंतु तुमच्या मासाहेबांना विचारून या.'

क्षणभरात संभाजी पळतच आला. शिवाजी सोयराचे हात पकडून तो हलवू लागला.

'मासाहेब, चलायचं ना?'

'मोतद्दारानं घोडी महालापाशी आणताच ताराऊ मुलांसह बाहेर आल्या. त्यांनी लक्ष्मीकडे पाहून रिकीबीत पाय घातला. केशवनं तिनही मुलांस आपल्या घोड्यावर घेऊन, हातातला कायजा ओढला. घोडा दौडू लागला. मंडळी मंदिराजवळ आली. राणीसाहेब मंदिराच्या द्वारात पायउतार झाल्या. केशवनं तिन्ही मुलांना राणीसाहेबांजवळ उभं केलं.

'चला मंदिरात.'

'राणीसाहेब गाभाऱ्याजवळ आल्या. पुजारी पूजा करीत होता समोर भव्य पिंडी होती. त्यावर ताजी टवटवीत शुभ्र फुलं हसत होती. धूप-उदबत्त्यांच्या मधुर सुवासाची वलयं गाभाऱ्यातून बाहेर पडत होती. चांदीच्या उंच समयांचा मंद प्रकाश पसरला होता. राणीसाहेबांनी मनोभावे नमस्कार करून सुवर्णाची चाफेकळी वाहिली. मुलांनीही मोहरा ठेवून नमस्कार केला. प्रदक्षिणा करून त्या बाहेर आल्या. थोडंसं ऊन वाढलंच होतं. केशवनं मुलांना घोड्यावर घेत कमरेचा शेला सोडून सोयराच्या डोक्यावर पसरला. आपल्या मुलीवरची त्याची माया पाहून त्या उत्तरल्या, 'केशव, मुलांना इतकं जपायचं नसतं. उन्हात तापल्याशिवाय त्यांना कणखरपणा येणार नाही.'

'राणीसाहेब, ताईसाब उन्हानं लाल लाल झाल्यात बघा.'

'होऊ दे. तिलाही नाजूक बनवायचं नाही. आम्हा स्त्रियांना सुद्धा कमरेत तलवार बांधून केव्हा मैदानात उतरावं लागेल हे सांगता

येणार नाही. ताईसाहेब, घोड्यावर बसून लढाई करायची ना?'

'नाई...ले-बाबा. आमाला खूप भय वाटतं.'

'ह्याऽऽ, ह्याऽऽरे, भित्री भागुबाई.'

'मासाहेब, बघाना दादा...'

'बाळराजे, असं चिडवू नये.'

राणीसाहेबांची लक्ष्मी महालापाशी येताच मोतद्दारानं तिची ओढोळी पकडली. राणीसाहेब पायउतार होऊन, आत वळत असतांना, राजसबाईंची हलकी कुजबुज त्यांच्या कानी आली.

'आमच्या संभाजीराजेंचा तितकाच अधिकार असायला हवा.'

'परंतु राणीसाहेब, हे तख्त थोरले शिवाजीराजेंचं आहे.'

'शंकराजी, तुम्ही कुणासमोर बोलला आहात याची कल्पना आहे का?'

'राणीसाहेब, माफी असावी. वाटलं ते सहज बोलून गेलो.'

राणीसाहेब तशाच पुढं चालू लागल्या. धाकट्या राणीची शंकराजीशी चाललेली मसलत त्यांचं मन जाळू लागली. तो सबंध दिवस बेचैनीत गेला. इतकच नाहीतर रात्री त्यांना स्वस्थ झोप लागली नाही.

❋ ❋ ❋

राणीसाहेब स्वत: फडातलं काम नजरेखाली घालीत होत्या. प्रत्येक चोपडी चाळून, समोर उभ्या असलेला कारकुनास प्रश्न करीत होत्या. चिमुकले शिवाजीराजे मातेजवळ बसले होते. त्याच्या अंगात केशरी अंगरखा होता. कमरेत पिवळा शेला होता. त्यात हिऱ्याच्या मुठीची लहानगी तलवार होती. पायात चोळणा कसला होता. त्यांच्या नाजूक बोटात हिऱ्याच्या अंगठ्या लखलखत होत्या. छातीवर

मोत्यांचा हार होता. त्यात दृष्टीची पोत लावली होती. गोऱ्या कपाळावर शिवगंध होतं आणि मस्तकावर टोप होता. त्याला असलेला मोत्यांचा तुरा हलत होता. गिरजोजी यादव अदबीनं त्यांच्यासमोर आला. त्यानं नम्रतेनं मुजरा केला.

'गिरजोजी, बोला.'

'शिवाजीराजे सीमेवर येत असल्याची कुणकुण लागताच धावत आलो.'

'गिरजोजी बादशहा त्यांना सोडीऽल, असं आम्हाला वाटत नाही. तुम्ही चौकशी जारी ठेवा.'

'मी माणसं धाडूनच हिकडं आलो राणीसाहेब.'

'ठीक आहे. तोतया हाती येताच दरबारी हजर करा.'

'जी राणीसाहेब.'

गिरजोजी निघून जाताच राणीसाहेब विचारात गुंग झाल्या. कागद समोर होते पण त्यांचं मन दुसरीकडेच गुंतलं होतं.

'मासाहेब, दादासाहेब आले तर खूप मज्जा येईल ना?'

मजा नाही बेटा, तुम्हाला सजा भोगावी लागेल!'

'का?'

'तुमचे दादासाहेब तख्त बळकावतील आणि तुम्हाला हात चोळीत बसावं लागेल.'

'आम्हाला राज्य नकोच मुळी!'

'मग हा इतका उपद्व्याप आम्ही कुणासाठी करतोय?'

'तुमच्यासाठी.'

लहानग्या शिवाजीराजेंनी उच्चारलेले शब्द ऐकताच, राणीसाहेबांच्या मनातला संताप उफाळून अनावर झाला. त्यांच्या नेत्रातून रागाच्या ठिणग्या बाहेर पडू लागल्या. त्यांनी बेभान होऊन

पुत्राच्या गालावर पाचही बोटं उठवली.

'चालते व्हा आमच्यासमोरून. आज तुमचा थाळा बंद.'

स्वत:चं काय चुकलं हेच त्यांना समजलं नाही. गाल चोळीत मान खाली घालून ते उभे राहिले.

'मासाहेब पुन्हा नाही बोलणार. आमचा 'थाळा' बंद करू नका. आम्हाला खूप भूक लागलीय मासाहेब.'

'पुढं टाकलेलं पाऊल मागं घेण्याची आमची आदत नाही. तुम्ही इथून निघून जाणंच उत्तम!'

मातेच्या शब्दातील जरब ऐकून ते भरल्या डोळ्यांनी फडावरून बाहेर पडले.

✳ ✳ ✳

दरबार महालाच्या भिंतीवर किनखापी पडदे शोभू लागले. त्यावरची सोन्यामोत्यांची नक्षी चमकू लागली. खाली पानफुलांच्या रेशमी वस्त्रानं झाकलेली बैठक पसरून त्यावर लोड ठेवले होते. मध्यभागी सिंहासन होतं. त्याच्याजवळच उंच आसन किनखापी वस्त्रानं शोभिवंत केलं होतं. संध्याकाळ असल्यामुळं छताची झुंबरं उजळलेली होती. त्यातून रंगीत प्रकाशकिरण खाली येत होते.

'आ अदब होशियारऽऽऽ बा अदब होशियारऽऽऽ.'

गुर्जबरदारांचे पुकार घुमू लागताच सरदार दरकदार आपापल्या जागी सावरून बसले. शिवाजीराजे समवेत हळूहळू चालत ताराऊराणीसाहेब दरबारात प्रवेशल्या. शेले, पगड्या, मंदिल सावरीत सर्वांनी त्याना अभिवादन केलं. शिवाजीराजे तख्तावर स्थिर होताच राणीसाहेब आपल्या आसनावर स्थानापन्न झाल्या. परशुराम पंत प्रतिनिधी उभे राहिले. त्यांनी इशारा करताच हुजऱ्यानी एका मनुष्यास पुढं आणलं.

'राणीसाहेब आपण शाहुराजे असल्याचा दावा करीत हा सैन्य गोळा करीत होता.'

'ठीक आहे. त्याची पूर्ण चौकशी झाल्याशिवाय सजा देणं अयोग्य आहे. त्याचं नाव?'

'खंडो लिंगोजी कुलकर्णी, तो खटावचा रहाणारा आहे.'

'खंडो लिंगोजी, हे पाप करण्यास तुम्ही धैर्य कसं केलंत?' राणीसाहेबांचा स्वर कठोर होता.

'मातुश्रीसरकार, मी गरीब ब्राह्मण आहे. कुलकर्णीपण चुलतभावाकडे आहे. मला कामधंदा मिळेना. घरी कुरबुर सुरू झाली. महाराजात आणि माझ्यात साम्य असल्याचं लोक नेहमीच सांगत म्हणून मी ही धिटाई केली राणीसाहब. मला माफ करा.'

'सरकारला फसविण्याच्या गुन्ह्याला मृत्यूदंडाशिवाय दुसरी सजा नाही. तुम्ही सरकारला फसविण्याचा प्रयत्न केला आहे. रामचंद्रपंत, याला जेरबंद करून कोठडीत ठेवा. एक महिन्यानंतर जीवे मारा.'

'मातोश्री सरकारऽऽऽ' खंडोजीचा उभा देह थरथरत घामानं ओला झाला. त्याला दरबारातून नेल्यानंतर परशुरामपंतानी सामान्य माणसास मध्यभागी उभं केलं. राणीसाहेबांनी त्याच्यावर कठोर नजर स्थिर केली. पंत मस्तकावरची पगडी नीट करीत उत्तरले.

'राणीसाहेब, हा कसबा सासवडाचा रहाणारा महादजी यमाजी याची आपल्या पायाशी शिकायत आहे.'

'तुमचं काय म्हणणं?'

'मातुश्री सरकार, वाडा बांधण्यासाठी जमिनीची जरूरत होती. पाटील, कुलकर्णी, देशमुखांना मी विनंती केली. त्यांनी लवकरच जमीन देण्याचं कबूल केलं. परंतु अजून मला कबजा मिळाला नाही.

चार साल वाट पाहून मी सरकार समोर आलो.'

'महादजी थोड्याच दिवसात जमीन तुमच्या हाती येण्याचा इंतजाम केला जाईल.'

'त्यानंतर बरीच कामं हातावेगळी करून राणीसाहेब दरबारातून गुर्जबरदारांच्या ललकाऱ्यात बाहेर पडल्या. सरदारमंडळी उठून चालू लागली. रात्र झाली. आकाशात चिमुकल्या चांदण्या लपंडाव खेळू लागल्या. चंद्र न दिसल्यामुळं रोहिणी आकाशात आलीच नव्हती. गडावरची धावपळ शांत झाली नव्हती. सोयराला थोडा बुखार असल्यामुळं राणीसाहेबांनी तिला आपल्या महालात आणली होती. तिच्या जवळ बसून मायेनं तिच्या कपाळावर हात ठेवीत विचारलं.

'ताईसाहेब कसं वाटतंय?'

'आमचं कपाळ खूप दुखतंय.'

मातेनं गार पाण्याची घडी तिच्या कपाळावर ठेवीत, दारावरच्या दासीला इशारा केला. ती निघून गेली. क्षणभरात पंत लेखणी कागद घेऊन उपस्थित झाले.

'पंत, सासवडच्या पाटील देशमुखांना आम्ही सांगतो तसं लिहा.'

पंतांची लेखणी वळणदार अक्षरं लिहीत पुढं सरकू लागली. लेखन पुरं करून त्यांनी तो कागद राणीसाहेबांसमोर ठेवला. त्यांचे डोळे मजकुरावरून फिरू लागले.

'महादजी यमाजी यास पूर्वी ठिकाण नेमून लेहून दिल्हे असता, त्याप्रमाणे न द्यावे म्हणजे काय? या उपरी तऱ्ही ऐशी गोष्ट न करणे. ठिकाण त्याचे स्वाधीन करून घर बांधऊ देणं. जरी ये गोष्टीच काही कथला असेल तरी ते व तुम्ही हुजूर येणे स्वामी वर्तमान मनास आणून जे आज्ञा करणे ते करतील.'

'ठीक आहे.'

'राणीसाहेब उदईक रवाना करतो.'

❊ ❊ ❊

प्रभातीची लाल गुलाबी किरणं महालात डोकावताच मोतद्दारानं लक्ष्मीला आणलं. द्वारावर उभ्या असलेल्या दासीनं जाऊन सांगताच राणीसाहेब बाहेर आल्या. त्यांनी साडीचा काचा मारून पदर कमरेत घट्ट खोवला होता. भालप्रदेशावर श्वेत गंधाचा टिळा होता. त्यांच्या समवेत शिवाजीराजेही होते. लक्ष्मीच्या पाठीवर थाप मारीत रिकीबीत पाय ठेवून त्यांनी तीवर घट्ट मांड घेतली. शिवाजीही तट्टूवर स्वार झाले.

'चला, राजे, रपेट करून येऊ.'

'मासाहेबऽऽ'

'डरू नये बेटा, नावाचे राजे होण्यात अर्थच नसतो. हरिकाका बरोबर आहेत. कायजा ओढा तुम्ही.'

लक्ष्मी पळू लागली. खूप दूर गेल्यावर त्या पायउतार झाल्या. कपाळावरचा घाम पुसून त्यांनी आजूबाजूला नजर फेकली. समोर भवानीचं मंदिर दिमाखानं उभं होतं. त्याच्या समोरच देवटाकीतलं पाणी सूर्यप्रकाश चमकत होतं. चाफा पांढऱ्या फुलांनी डंवरला होता. त्यावर एकही पान दिसत नव्हतं. शिवाजीराजे मंदिरापाशी आल्याचं पाहून त्यांनी लक्ष्मीला म्हटलं,

'चल बाई जायचं आता.'

ती फुरफुरत चालू लागली. मंदिराच्या द्वारी हरिकाकांनी लक्ष्मीची ओढोळी पकडली. घोडी त्यांच्याकडे सोपवून त्या देवटाकीवर आल्या.

'राजे पाय धुऊन देवदर्शन करायला चला.'

पायऱ्या चढून त्या गाभाऱ्यात आल्या. भवानी उभी होती. तिला लाल रंगाचं लुगडं नेसवून अलंकारही घातले होते. तिच्या पायावर पिवळीजर्द सोनचाफी दिसत होती. पुजाऱ्यानं समईतल्या वाती पुढं केल्या.

'आज मंगळवार, दुधानं स्नान घालून आत्ताच पूजा केली राणीसाहेब.'

'ठीक आहे.'

त्यांनी सुवर्णमोहर ठेवून मनोभावे नमस्कार केला. प्रदक्षिणा करून त्या भवानीसमोर पुन: नम्र झाल्या. हीच योग्य संधी असल्याचं जाणून पुजाऱ्यानं मनाशी निश्चय करीत विनंती केली.

'राणीसाहेब, देवीचं उत्पन्न वाढवून देण्याची कृपा करावी म्हणजे मी मंदिराची दुरुस्ती करीन. मागचा भाग आणि सभामंडप कोसळण्याच्या बेतात आहे.'

'आम्ही सगळं पाहिलंय. तुम्ही पंताना भेटून रकमेचा अंदाज सांगा.'

आपल्या पुत्राशी बोलत त्या मंदिरातून बाहेर निघाल्या. घोडी दौडू लागली.

त्या महालाकडे वळल्या तेव्हा मुख्य प्रधान त्यांच्या इन्तजारीत असल्याचं त्यांच्या कानी आलं. त्यांनी दासीला सांगून, त्यांना खास महालात थांबायला सांगितलं. अंगावरची वस्त्रं बदलून त्या लगबगीनं निघाल्याच. राणीसाहेब समोर दिसताच प्रधान मंडळानं मुजरे घातले. स्वत:च्या आसनावर बसताच दोन दासी त्यांच्यामाग येऊन, त्यांना वाळ्याच्या पंख्यानं वारा घालू लागल्या. त्यांनी मंत्रीमंडळावर आपले नेत्र स्थिर केले.

'काय बहिरोपंत, काही विशेष?'

'राणीसाहेब, बादशहाकडे धाडलेला वकील नकार घेऊन आलाय.'

'म्हणजे बादशहा स्वतःच विशाळगडाला धडक देणार हे निश्चित आहे.'

'होय राणीसाहेब.'

'परशुरामपंत, तुमचे खबरगीर काय म्हणतात?'

'राणीसाहेब, बादशहानं बेदरबख्तास पन्हाळ्याकडे धाडलंय. कोकणातून रसद आणण्याचा इंतजाम केलाय, आणि सिद्दी याकूतखानाचं दोन हजार पायदळ येत असल्याचं समजलंय.'

'अशा परिस्थितीत आम्ही काय करावं? मंत्रीमंडळानं विचार करून सांगावं.'

'आपण प्रतापगडाकडे निघून जाणंच योग्य आहे.' निळो मोरेश्वर उत्तरले.

'पंत, बिलकुल ठीक, आता जाण्याशिवाय दुसरा मार्गच नाही.'

'राणीसाहेबांनी चिंता न करता विशाळगड सोडावा.'

'बहिरोपंत, तुम्ही आमचे प्रधान. धनाजी जाधव सेनापती. रामचंद्रपंत अमात्य ही सगळी मंडळी, थोरल्या महाराजांनी स्थापन केलेल्या या राज्यासाठी स्वतःला कुर्बान करायला तैयार असल्याचं पाहून आम्ही बहोत खुश आहोत.'

'राणीसाहेब, स्वराज्यासाठी प्राण देणं आमच्यापैकी प्रत्येकाचं कर्तव्य आहे.' परशुरामपंत उत्तरले.

'पंत, आम्ही तुमची निष्ठा जाणून आहोत. तुम्ही पूर्वी परळी व सातारा हे किल्ले बराच काळ लढवले. मोगलांची अपार हानी

केली, म्हणून विशाळगड लढविण्याचं काम आम्ही तुमच्यावर सोपविणार आहोत.'

'आज्ञा राणीसाहेब.'

'बहिरोपंत, वेढा घालून बसलेल्या मोगली सेनेवर रेवणी बुरुजावरून हमला करा. कोकणी दरवाजातून येणारी रसद तोडा. तटावरून एकसारखा दगडांचा मारा करा. मोगली सैनिकांना स्वस्थता मिळू नये असा इंतजाम करा. आम्ही प्रतापगडावर जात आहोत, परंतु तिथं आमच्या बाळराजेंच्या हिफाजतीसाठी हुशार सरदार व तोलदार फौज ठेवा. नाहीतर...'

'राणीसाहेबांनी निश्चिंत असावं. आपण उद्याच गडाकडे जाण्याचं करावं. आज भुयाराची पहाणी करण्यासाठी सरदार पाठवीत आहोत.'

'ठीक आहे पंत, आम्ही उद्ईक संध्याकाळीच निघू.'

'सर्वांना निरोपाचे विडे देऊन, राणीसाहेब दमदार पावलं टाकीत महालाकडे निघाल्या.

✳ ✳ ✳

ताराऊराणीसाहेब भोसले कुटुंब कबिल्यासह प्रतापगडी येऊन पोहोचल्या. तिथं स्थिरता प्राप्त झाल्यावर एका प्रभाती त्या एकट्याच चालत भवानी मंदिरापाशी आल्या. देवीसमोर माथा टेकून, त्यांनी सर्वांना बळ देण्याची प्रार्थना केली. पाच प्रदक्षिणा घालून त्या बाहेर आल्या. मार्गातच त्यांनी अत्यंत विश्वासार्ह असलेल्या गिरजोजी यादवाला बोलावणं धाडलं. थोड्या वेळातच तो महालात त्यांच्यासमोर अदब राखून उभा राहिला.

'गिरजोजी, विशाळगडाची काय खबर?'

'पश्चिमेकडला संरक्षक बुरुज मोगलांच्या हाती पडल्यामुळं, ते गडात घुसतीलच.'

'मग परशुरामपंतांनी काय केलं?' राणीसाहेबांनी तीव्र स्वरात विचारलं.

'पंत किल्ला लढवाय लागलेत. पाणकळा येईपर्यंत तग धरून, मागल्यासारखं दोनचार लाख रुपये घेऊन देयाचा इचार हाय.'

'बरोबर आहे, रेवणीचा बुरुज दुष्मनाच्या हाती गेल्यावर ते तरी काय करणार? हा महिना कोणता?'

'चैत्र नव्हं का, परवाच रामनवम झाली की राणीसाहेब!'

'म्हणजे दोन महिने काढणं आवश्यक आहे.'

'व्हय. ज्येष्ठात पानी सुरू झाल्यावर समदा चिखुलच व्हइल. मंग मोगलांना पळण्याशिवाय काई सुचनारच न्हाई.'

'तुमच्या तोंडी साखर पडो गिरजोजी.'

'शिवाजीराजे आत आले. त्यांच्या मागून संभाजीही प्रवेशला. दोघंही राणीसाहेबांच्या जवळ गेले.

'मासाहेब, संभूराजे आमच्याशी सारखे भांडतात.'

'कशापायी हा झगडा बेटा?'

'हे संभूराजे म्हणतात की तुमच्यासारखे आम्हीही राजे आहोत. परंतु मासाहेब, दादासाहेब...' शिवाजीराजेंना मागचा प्रसंग आठवला. त्यांनी जीभ चावली. पुन्हा विषय पकडीत ते बोलले.

'आम्ही मोठे, म्हणून खरे राजे आम्हीच की नाही हो मासाहेब?'

'होय बेटा' राणीसाहेबांच्या मुखातून दीर्घ निश्वास बाहेर पडला.

'थोरल्या मासाहेब, आमच्या मासाहेब म्हणतात...' संभाजी अडखळला.

'काय म्हणतात बेटा?'

'म्हणतात, एका राज्याची दोन राज्यं झाली तरी हरकत नाही, पण आम्हाला राज्य मिळालंच पाहिजे.'

'संभूराजे, सध्या तुम्ही दोघंही शिक्षणात मन घाला. आम्ही तुम्हालाही तख्त देऊ. आता खेळायला चला दोघंही!' मातेच्या इच्छेप्रमाणं दोघंही हातात हात घालून पळू लागले. राणीसाहेब मात्र फार बेचैन झाल्या. राजसबाईबद्दलचा संशय दृढ झाला. 'आता घरातल्या दोन शत्रुंचा मुकाबला करीत मोगलांचा प्रतिकार करणं आवश्यक आहे.' बराच वेळ त्या पत्थरवत अवस्थेत बसून राहिल्या.

✳ ✳ ✳

घोड्यांच्या पागा नजरेखाली घालीत असतांना, शंकराजी नारायण येत असल्याचं त्यांच्या ध्यानात आलं. परंतु न थांबता त्यांनी पागा पाहून तिथल्या अधिकाऱ्यांना सूचना दिल्या. शंकराजी पायउतार होऊन उभे राहिले.

'शंकराजी, काय आहे?'

'राणीसाहेब, मुसळधार पावसामुळं ओढ्यांना जबरदस्त पूर आला. त्यात मोगली सैनिक वाहून गेले. तरीही आमचा निभाव लागेना. शेवटी शाहजादा बेदरबख्तंनं दोन लाख रुपये देऊन विशालगड घेतला. अगदी नाइलाजानं असं करावं लागलं.'

'बेस झालं. सध्या बादशहाचा मुक्काम?'

'त्यानं बहादूरगडाकडं कूच केलंय. परंतु मार्गात त्याची माणसं आणि जनावरं चिखलात रुतल्याचं समजतंय.'

'त्याला चांगली सजा मिळाली. शंकराजी हिंदुराव घोरपडे कुठं आहेत?'

रामराणी ताराबाई / ६७

'फोंड्याच्या किल्ल्यावर चालून गेलेत. तिथल्या मोगली किल्लेदारानं फिरंगी विजरईकडे मदत मागितली.'

'परंतु फोंड्याबाबत तुमचा अंदाज काय आहे?'

'राणीसाहेब, आमच्या सरदारांनी सर्व वाटा रोखल्यामुळं मोगलांना दारुगोळा आणि रसद मिळणं मुष्कील आहे. म्हणून आम्हीच कामयाबीचे अधिकारी आहोत.'

'जगदंबऽऽ, जगदंबऽऽ' पुटपुटत राणीसाहेबांनी हात जोडले.

'राणीसाहेब, आता निरोप द्यावा.'

त्यांचा इशारा जाणून शंकराजी चालू लागले. राणीसाहेब निर्विकार नजरेनं कुठंतरी पहात विचारात गुंग झाल्या.

दुपार कलंडली. राणीसाहेब विश्रांती घेऊन फडावर जाण्यासाठी, वस्त्र बदलून तैयार झाल्या. भवानी हातात चोळी घेऊन, आतल्या दरवाज्यात उभी रहिली.

'काय सूनबाई?'

'मासाहेब, चोळी आणलीय.'

'मग दाखवाना, तुम्ही काढलेला कशिदा पहायचाय आम्हाला!'

भवानीनं मागं लपवलेली चोळी लाजत लाजत पुढं केली.

गहिऱ्या गुलाबी रंगाच्या चोळीवर भवानीनं केलेला नाजुक कशिदा पाहून, त्यांना फार कौतुक वाटलं.

'सुन्दर आहे, आम्हाला खूप आवडला.'

'तुमच्यासाठी आम्ही चोळी बनवतो मासाहेब!'

'नको बेटी, आता तसली वस्त्रं आम्हाला वर्ज्य आहेत. आमच्यासाठी जगदंबेनं पांढरं वस्त्रच पसंत केलंय.'

'मग ताईसाहेबांसाठी चालेल?'

'हो. त्यांच्यासाठी जरूर बनवा. सूनबाई, राजे कुठं आहेत?'

आतापर्यंत चुरुचुरु बोलणाऱ्या भवानीनं मान खाली घातली. चेहरा लपवून तिनं मनातले विचार लपवले.

'तिचं उत्तर न आल्यामुळं राणीसाहेबांना राग आला. त्यांनी कठोर स्वरात विचारलं.

'भवानी, आम्ही काय विचारलं, ते समजलं ना?'

'होय मासाहेब, परंतु स्वारीनं आम्हाला शपथ घातलीय.'

'अस्सं होय! म्हणजे माचीवर गोविंदाकडे सोंगट्या खेळायला गेलेत ना?'

भवानीनं मानेनंच होकार दिला. मान खाली घालून ती बोटाला पदर गुंडाळू लागली.

'संभाजीराजेही असतील ना बरोबर?'

'होय.'

'हा संभाजी आमच्या भोळ्या सांबाला नादान बनवू लागलाय. यातून काही विपरीत घडलं नाही म्हणजे झालं.'

आपल्या उभ्या असलेल्या सुनेकडे पहात त्यांनी निश्वास सोडला. दरवाजात पावलं वाजताच दोघींनी वर पाहिलं. धनाजी आल्याची खबर घेऊन दासी आली होती. तिला योग्य इशारा करीत त्यांनी भवानीला आत पाठवलं. दासीनं द्वारावरचा पडदा बाजूला करताच धनाजीनं आत येऊन त्रिवार मुजरा केला.

'या धनाजी, बसा.'

'राणीसाहेब, बादशहा बहारगडाहून सिंहगडावर आलाय. मोर्चे बांधण्याचं, सुरुंग खोदण्याचं काम सुरूच आहे. खंडोबल्लाळ, कृष्णा सावंत वगैरे मंडळी रात्रीच्या समयी मोर्चावर अचानक हल्ले चढवीत असतात.'...

'पण... ...' तो अडखळला. त्याच्या चेहऱ्यावर भय उभं राहिलं.

'धनाजी, तुम्ही आमचे सेनापती. तुमच्यावर आमचा भरोसा. तुम्ही स्पष्टपणे बोलावं.'

'राणीसाहेब, तरबियतखाँनं शिबंदीशी वाटाघाटी सुरू केल्या. तीन लाख रुपये देऊन किल्ला घेतल्याची खबर आत्ताच मिळाली. ते सांगताना धनाजी धामाधूम झाला. वर नजर करून पहाण्याचं धैर्य त्याच्यात उरलं नाही.

'कायऽऽऽ' राणीसाहेब रागानं लाल झाल्या.

'होय राणीसाहेब, सिंहगड...'

'सिंहगडावर शिबंदी चांगली होती. दारूगोळाही मुबलक असतांना शिबंदीनं कच का खावी हेच आम्हाला कळत नाही. धनाजी, आम्ही बाईमाणूस असलो तरी कमरेत तलवार खोऊन लढाईला उभं रहाण्याची आम्ही उमेद सोडली नाही.' राणीसाहेबांच्या स्वरात राग आणि जोश होता. त्याच आवेशात त्यांनी आज्ञा केली.

'कोण आहे रे? नाथोपंतांना बोलावं.'

नाथोपंत कागद लेखणी घेऊन थरथरत उभे राहिले.

'पंत, गडरक्षक बधई आणि खंडई या बेरड प्रमुखांना लिहा.'

'सांगावं.'

राणीसाहेबांच्या मुखातून बाहेर पडणारा प्रत्येक शब्द कागदावर उमटू लागला.

'सिंहगडास औरंगजेब बिलगला होता. त्यात नतीजा पाळावया निमित्त स्वामीने तुम्हास किल्ला मजकुरी ठेवले होते. उतावळी करोन, हिंमत सोडोन ही गोस्ट केली हे बरे नाही. पर्जन्य पडेपर्यंत

गड भांडवावयाचा होता, ती गोष्ट न केली. हे करणे बरदास्त केले जाणार नाही.'

नाथोपंतांनी तो मजूकर वाचून दाखवताच त्या उत्तरल्या.

'नाथोपंत, नेहमीच्या सवईप्रमाणं न वागता खलिता तुरंत रवाना करा.'

ते मुजरा करून निघून गेल्यावर त्यांनी आपली तीक्ष्ण नजर चौफेर फेकली.

'धनाजी, दसऱ्याच्या दरमियान बादशहा डेरेदाखल होतो. त्यानं घातलेला वेढा सहा–सात महिने लढविला की पावसाळा येतो.'

'म्हणजे तो वर्षात एकच किल्ला काबीज करील असंच ना?'

'होय धनाजी, आम्हाला समजतं ते, तुमच्या ध्यानी न येणं आश्चर्यच! यापुढे तरी अशी गलती होणे नाही.'

'जी, माफी असावी राणीसाहेब.'

'वसंतगड, सातारा, परळी, पन्हाळा, विशाळगड हातातून गेलेच. आता तरी विचार करून पाऊल टाका.'

'आपणच मार्ग दाखवावा राणीसाहेब.' धनाजी खेदानं उत्तरला.

'आता वऱ्हाडपासून खाली दक्षिणेपर्यंत सैन्य घुसवा, म्हणजे मोगलाचं लक्ष एका स्थानी केंद्रित होणार नाही.'

'आज्ञा.'

'शंकराजी नारायण महालाच्या द्वारात उभे होते. दासीनं आत येऊन सांगताच त्यांनी हातानं इशारा केला.

'या शंकराजी, काही बातमी?'

'राणीसाहेब, मातोश्री येसूबाईसाहेब आणि शिवाजी महाराजांवर बहुत आफत आली.'

'कसलीऽऽ' त्यांच्या स्वरातला रुक्षपणा शंकराजीला चांगलाच जाणवला.

'बादशहानं त्यांना मुसलमान करण्याचा चंग बांधला. परंतु आपल्या सरदारांनी रदबदली केली. थोरल्या महाराजांचे सेनापती प्रतापराव गुजरांचे दोन पुत्र खंडेराव आणि जगज्जीवन यांनी इस्लामी धर्माची दीक्षा घेतली, तेव्हा त्यानं आपला आग्रह सोडला.'

'केवढी ही श्रद्धाऽऽ' राणीसाहेब भारावून गेल्या.

'श्रद्धा आणि प्रेम यावरच तख्त उभं आहे. राणीसाहेब दुसरं वृत्त फार क्लेशदायक आहे.'

'सांगा.'

'दोन वर्ष चांगला भरपूर पाऊस न पडल्यामुळं दुष्काळ पडलाय आणि ...' ते स्तब्ध झाले.

'बोला, आम्ही फार उत्सुक आहोत.'

'दुष्काळ आणि गाठीच्या तापानं रयत फटाफट मरू लागलीय.'

'अरेरे, हे फार भयंकर आहे. शंकराजी या भागात धान्य गोळा करून दक्षिणेतल्या गड किल्ल्यावर पाठविण्याची व्यवस्था करा. त्यासाठी थोडी माणसं घ्यावी लागली तरी हरकत नाही.'

'आज्ञा राणीसाहेब' शंकराजी मुजरा करून निघून गेले.

स्वस्थ बसून शंकराजीचं बोलणं ऐकण्याचं काम करीत असलेल्या धनाजीकडे त्या वळल्या.

'धनाजी, सर्व किल्ल्यावर फिरतं रहाण्यावरच सल्तनतीची खरी भलाई आहे असं वाटतं. आम्ही रांगण्यास जावं म्हणतो.'

'आपलं मत योग्यंच आहे. तिथून आपल्याला राजगडावर चांगलं लक्ष ठेवता येईल.'

'या चार दिवसात पुरोहिताकडून सुमुहूर्त घ्या. आम्ही तैयारीला लागतो.'

❋ ❋ ❋

भव्य महालात खास दरबार भरला. खिडक्यांना गुलाबी रंगाचे रेशमी पडदे होते. भिंतीवरच्या मखमली पडद्यावरची जरीची फुलं आकर्षक दिसत होती. खाली 'पांढरीशुभ्र बैठक होती.' मध्यभागी राणीसाहेबांचे आसन होतं. ताराऊ राणीसाहेब रांगण्याकडे कूच करणार असल्यामुळं सरदार, दरकदार, खासे सरदार बऱ्याच संख्येनं उपस्थित होते. सोन्याचे गुर्ज घेतलेले गुर्जबरदार पुढं पुढं येऊ लागले.

'क्षत्रिय कुलावतंस छत्रपती शिवाजीमहाराज सकल पुण्यमंडित मातोश्री ताराऊराणीसाहेब आ रहे हैSS खडी ताजीमSSS'

मंडळी वस्त्रं सावरीत उभी राहिली. ताराऊराणीसाहेब आसनाकडे वळताच तेरा वर्षाचे शिवाजीराजे सिंहासनावर स्थिर झाले. आपल्या पुत्रावर स्थिर झालेली नजर राणीसाहेबांनी दरबारकडे वळवली. शंकराजी उभे राहिले. 'राणीसाहेब, सरखेल कान्होजी आंग्रे आपल्या दर्शनासाठी खोळंबले आहेत.'

'बहोत खुशी हैं, आम्ही त्यांना भेटू इच्छितो.'

कान्होजी पगडी सावरीत उभे राहिले. त्रिवार मुजरा करीत ते उतरले.

'राणीसाहेब, सिद्दी, टोपीकर आणि फिरंगी सारख्या बळजोरांचा मुकाबला करणं फार कठीण झालंय.'

'कान्होजी, तुमचं साहस, धडाडी पाहूनच स्वामींनी तुम्हाला सरखेलपद दिलं. तुम्हीच हात-पाय गाळू लागलात तर हे राज्य कुणाच्या जिवावर चालायचं?'

'आपला गैरसमज होतोय. मी फौज वाढविण्याची इजाजत मिळविण्याकरिता आलोय मातोश्री सरकार!'

'असं असेल तर बहोत खुशी आहे. शंकराजींना सविस्तर सांगा. ते सर्व पहातील.'

कान्होजी अभिमानानं बाजूला निघून गेले. रामचंद्रपंत अमात्य अंगातली बाराबंदी व्यवस्थित करीत उभे राहिले.

'काय पंत?'

'राणीसाहेब, चौल प्रांतातील सईबाई जोशी न्याय मागण्यासाठी आलीय.'

'येऊ द्या. त्यांना शिकायत पेश करायला सांगून कारकुनाला लिहायला बसवा.'

'सईबाईंनं उभं राहून नमस्कार केला. अतिशय सुंदर असलेल्या त्या स्त्रीच्या देहावर ताबडं आलवण होतं. पती निधनाच्या दु:खात ती पिचत असल्याचं स्पष्ट जाणवत होतं. शरीरानं अत्यंत कृश असून तिच्या डोळ्याखाली काळी वर्तुळं होती. तिच्या सात्त्विक चेहऱ्यावर मूर्तिमंत कारुण्य होतं. राणीसाहेबांना तिची दया आली.

'बाई सांगा, आम्ही ऐकतो आहोत.'

'मातोश्री सरकार, आम्ही चौलकडचे जोशी. माझ्या सासऱ्यांना थोरल्या महाराजांकडून जोशीपणाविषयी वतन मिळालं होतं. त्यावर आमचा निर्वाह होता. माझ्या पतीचा काळ होण्यापूर्वी बालजोशीच्या घराण्यातला मुलगा दत्तक घेण्याची इच्छा त्यांनी प्रगट केली. प्रथम नातवास दत्तक घेण्याबद्दल तो माझ्याशी बोलला.'

'मग घोडं कुठं अडलंय?' त्यांनी शंका व्यक्त केली.

'मातोश्री सरकार, नंतर तो दत्तकविधानास नाकबूल झाला. त्यामुळं वतन जाण्याची पाळी आली.'

'आता तुमचं काय म्हणणं?'

'अन्य गोत्रीचा दत्तक पुत्र घेण्याबद्दल शास्त्रार्थ निर्णय करून आज्ञा करावी.'

'ठीक आहे. पंत, पंडितरावांना शास्त्रार्थ निर्णय द्यायला सांगा. सईबाईंनी उद्या पंतांना भेटावं.'

सईबाईंनी कृतज्ञ नजरेनं राणीसाहेबांकडं पाहून नमस्कार केला, आणि ती अंग चोरीत निघून गेली.

'मंडळी, हे तुमचे स्वामी नाबालिग आहेत. त्यांची आणि तख्ताच्या हिफाजतीची जिम्मेदारी तुमच्यावर आहे. ह्या हिंदू पदपातशाहीसाठी कुर्बान करण्याची तैयारी ठेवा.'

हुज्यांनी अनेक तबकं आणली. राणीसाहेबांचा स्पर्श होताच रामचंद्रपंतांनी धनाजी, घोरपडे, साटम, आंग्रे वगैरे सरदारांस वस्त्रालंकार दिले. राणीसाहेबांनी सर्वांचा गौरव केला. दरबारतली कामे संपवून त्या उठल्या तेव्हा निळ्या आकाशात मनमुराद खेळून बीजेची कोर पश्चिमेकडे सरकत होती.

✳ ✳ ✳

राजसबाईची कारस्थानं आकार घेत असल्याचं पाहून, तिला संभाजीसमवेत नजर कैदेत ठेवून, ताराऊ राणीसाहेब परिवारासह रांगण्यास आल्या. नित्याच्या सवयीप्रमाणे त्या रपेट करण्यासाठी बाहेर बाहेर पडत असताना, बहिरो मोरेश्वरनं येऊन मुजरा केला.

'बोला पंत.'

'राणीसाहेब, नरहरी रुद्रनं स्वामीद्रोही दुदूस्करास पळवून कोप्पळचा किल्ला ताब्यात घेतला.'

'बहोत अच्छा, बऱ्याच समयानंतर शुभवार्ता ऐकवलीत तुम्ही पंत.'

'दुसरीही आनंदाची खबर आहे. धावजी विसार आणि चाफाजी शिंद्यांनं आपल्या सूचनेप्रमाणं वागून लोहगड सर केला.'

'वाहवा, त्यांना शाबाशीचं खत पाठवा. घोडा पाठवायला विसरू नका. आता त्रंबक शिवदेव, पंताजी शिवदेव आणि रामजी फाटक यांस सिंहगडावर पाठविण्याची तजवीज करा.'

'आज्ञा.'

'बहिरोपंत, बादशहाच्या गोटात उत्तम नजरबाज पाठवून बातम्या आणण्याचा इंतजाम करा.'

'ते सर्व पूर्वीच केलं. आजच बातमी हाती आलीय.'

'लवकर सांगा पंत, आम्ही फार अधीर झालोत.'

'बादशहा औरंगजेब मरण पावला. शाहजादा आज्जम, शाहजादा मुअज्जमचा नाश करून तख्त बळकावण्यासाठी उत्तरेकडे निघालाय. त्याच्याबरोबर छत्रपती शिवाजीमहाराज आणि मातोश्री येसूबाईसाहेबही होत्या. त्यांना भोपाळजवळ त्यानं मुक्त केलंय.'

'ठीक आहे. उत्तम जाहले. आता या गडबडीत मोगलाकडून पुरंदर, सिंहगड, पन्हाळा, विशाळगड, सातारा, परळीवर काबू करायला सरदार रवाना करा.'

'आज्ञा राणीसरकार. आता महत्त्वाचं काम बाकी आहे.'

'कोणतं?'

'चोरघे कुटुम्बाला शेतसाऱ्यांची माफी दिली असताही, सरकारी अधिकाऱ्यांनी महसूल घेतला.'

'त्यांनी आमचा हुक्म मोडला? पंत, आम्ही सांगतो तसं लिहा त्यांना.'

पंत मांडी मोडून बसताच राणीसाहेब सांगू लागल्या.

'देशाधिकारी शंकर गोपाळ यास, चंद्राजी, येसाजी देवजी

चोरघा दिमत शंभर लोक सेवक राजमंडळ यांची घरे व शेते सोनाट खोलसे प्रांत मजकूर येथे आहेत. त्यांना शेतसनद पेशजी खावंद असता, तुमचे उसल घेणे योग्य नव्हे. फिरोन बोभाट येऊ न देणे. वसूल परत देणे.'

'बहिरोपंत पत्र पुरं करून उठले. ते गेल्यावर राणीसाहेबांनी घोडी परत पाठविली. राजसबाईच्या आगळीकीसंबंधी, विचार करीत त्या महालात आल्या. नजरकैदेत असूनही तिनं केलेल्या उठाठेवी ऐकून त्या व्यथित झाल्या. त्यांना काय करावं तेच सुचेना, तेव्हा त्यांनी रामचंद्रपतांना निरोप पाठवायचं ठरवलं. महालाच्या द्वारात त्यांना पाहून, मस्तकावरून घरंगळणारा पदर जागी ठेवीत त्या सावरून बसल्या.

'या पंत, आत्ताच आम्ही तुमची याद केली होती.'

'काही खास काम होतं का?' पंत त्यांच्या समोर संकोचानं बसले.

'होय, आमचे पुतणे दक्षिणेत आल्याचं कानी आलं,ते खरं आहे का?'

'होय राणीसाहेब त्यांचाच खलिता घेऊन मी आलो आहे. त्यांचा चेहरा आनंदानं फुलला होता.

पंतांची खुशी त्यांना बिलकुल आवडली नाही. परंतु त्या चतुर होत्या. स्वतःची नाराजी न दाखवता त्यांनी विचारलं.

'काय म्हणतात ते? वाचा, वाचाऽ'

लाल मखमली पिशवीचा सरफास सैल करून पंतांनी खलिता बाहेर काढला. एकवार राणीसाहेबांकडे पाहून ते वाचू लागले.

'आम्ही स्वदेशी परत येत आहंत. आता राज्य आम्ही करू,

बादशाही हुक्म असाच आहे. आपण मातोश्री आहात. आपले यथास्थित चालविण्यास आम्ही कमी करणार नाही. पुढचा मार्ग आक्रमण्यास आम्हाला आपला आशीर्वाद व अनुभव यांचाच उपयोग विशेष होईल.'

'पंत, हाही मागच्यासारखा तोतयाच असल्याचा आम्हास शक आहे.'

'नाही राणीसाहेब, नजरबाज संताजी शितोळे त्यांना पाहून आला.'

'असं म्हणता तर ठीक आहे. आम्ही सांगतो तसा खलिता रवाना करा.'

'आज्ञा.'

'पंत मनात नसतानाही लिहू लागले.

'तुमचा राज्यावर हक्क नाही, आणि आम्ही तुम्हास राज्य देत नाहीत. तुमचे वालिद कै. संभाजीराजेंनी विध्वंसून टाकिले. कै. स्वामींनी त्याचे संरक्षण करून ताम्राचा पराभव केला. थोरल्या स्वामींनी तीर्थ स्व. कै. स्वामीस द्यावेसे केले होते. ऐसे असता या तख्ताचे अधिकारी आम्ही आहोत, तुम्ही नाही.'

'परंतु राणीसाहेबऽऽऽ' पंतांचे शब्द ओठातच राहिले.

'अडखळलात का?' शौकसे बोला.'

'राणीसाहेब, हिंदूराव घोरपडे, नेमाजी शिंदे, परसोजी भोसले, रावजी थोरात, खंडेराव, कृष्णराव दाभाडे, रंभाजी निंबाळकर, माने, रायभानजी, खंडोबल्लाळ इत्यादी खासे मंडळी महाराजांना आणण्यासाठी उत्सुक असतांना, आपल्या या खलित्याचा उपयोग काय?'

राणीसाहेब क्षणभर त्यांच्याकडे पहात राहिल्या. थोड्याच वेळात स्वतःला सावरून घीरगंभीर स्वरात त्या उत्तरल्या.

'पंत, शिवाराजेंना तसं पत्र पाठवून, आम्ही तुम्हा सर्वांना निष्ठेची शपथ द्यायला लावणार आहोत. त्याशिवाय त्याचेवर सैन्य रवाना करणार आहोत.'

पंत चुपचाप ऐकत हेते. त्यांचं मन राणीसाहेबांनी जाणलं होतं. त्यांच्या मौनाचा अर्थ त्यांना समजला होता.

'पंत, उद्याच दुधभात हाती घेऊन सर्वांना निष्ठेची कसम खायला लावण्याचा आमचा विचार आहे.'

'आज्ञा राणीसाहेब.' पंत गर्दन झुकवित जड पावलांनी बाहेर पडले.

❋ ❋ ❋

राणीसाहेबांच्या इच्छेप्रमाणं धनाजी जाधव आणि परशुराम पंत शाहूमहाराजांवर चालून गेले. खेडनजीक दोन्ही फौजा एकत्र आल्या. लढाई सुरू झाली. परसोजी भोसले, चिमणाजी दामोदर यांनी पराक्रमाची शर्थ केली. धनाजी, परशुरामपंतांना माघार घ्यावी लागली. सातारा हाती येताच शाहूमहाराज सुखावले. बाळाजी विश्वनाथ आणि खंडोबल्लाळ यांच्या विनंतीवरून धनाजी जाधवाला घेऊन सरदार मंडळी मुजऱ्यासाठी महाराजांसमोर गेली. त्यांना पाहून ते सुखावले. सरदारांस भेटी देऊन त्यांनी सन्मान केला. खंडोबल्लाळ यास चिटणीशी दिली. सरदारांच्या विनंतीनुसार सातऱ्यात राज्याभिषेक करून घेतला. त्याचप्रमाणं क्षत्रिय कुलवतंस श्री राजा शाहू छत्रपती या नावानं आज्ञापत्रही सुरू केलं.

'ही सर्व हकीगत राणीसाहेबांनी ऐकली, तेव्हा त्यांचं मन क्षोभानं भरून गेलं. त्यांनी पराभूत होऊन आलेल्या परशुराम पंतांना विचारलं.

'पंत, खेडच्या पराभवात रामचंद्रपंतांचं अंग असल्याचा,

तुमचा कयास खरा आहे का?'

'राणीसाहेब, बाळाजी विश्वनाथाशी त्यांचं सूत जमल्यामुळं मी तसा अंदाज केला आहे.'

'ठीक आहे.' राणीसाहेबांची मुद्रा कठोर दिसू लागली.

'राणीसाहेब, रागाला येऊ नये. पंत शाहू महाराजांच्या बाजुचे आहेत. ते आतून त्यांना मदत करीत असल्याचा पुरावा आहे.' परशुरामपंतांच्या निव्ळ्या डोळ्यात द्वेषभाव तरळला.

'असं असेल तर त्यांच्या पायात रुप्याची बेडी घालून, त्यांना वसंतगडावर ठेवा.'

'जी.'

'सध्या शंकराजी कोणत्या कामात आहेत?'

'ते शाहूमहाराजांना मिळणार असल्याची आवई आहे.'

'शक्य नाही, त्यांनी आमच्या बद्दलची निष्ठा पेश केलीय.'

'राणीसाहेब, आपण त्यांच्या गोड शब्दावर विश्वास ठेवू नये.'

'ठीक आहे, तुम्ही जावं.'

परशुरामपंत मुजरा करून गेल्यानंतर, त्यांनी शंकराजींना बुलावा धाडला.

ताराऊ राणीसाहेब सदरेवर कागदपत्रं पहात होत्या. दोन-तीन कारकून अदब राखून उभे होते. शंकराजींना दरवाजात पहाताच त्यांनी कारकुनाला रजा दिली. द्वारावरच्या हुजऱ्यास कोणालाही आत न पाठविण्याची आज्ञा देऊन, त्यांनी शंकराजींना आत बोलावलं. त्यांच्या मुद्रेवर नेत्र स्थिर करून त्यांनी अंदाज घेण्याचा प्रयत्न केला.

'शंकराजी, तुमचा तख्ताला मोठा आधार. पुरंधर रायगडापासून भीमगड, राजमाचीपर्यंतचा मुलुख तुम्हीच मुक्त केला. तुम्ही स्वराज्याचे कदीम सेवक. मराठी राज्याची जिम्मेदारी तुमच्यावर आहे.

तुम्ही तख्ताचे अरकान आहात हे आम्ही जाणतो. परंतु रिवाज म्हणून तुम्ही दुधभात हाती घेऊन आम्हाला शब्द द्या.'

'राणीसाहेबांचे अनपेक्षित शब्द ऐकताच, त्यांच्या मनात विचारांच्या लहरी उसळल्या. त्यांना काही सुचेना. राज्याचा खरा वारस शाहू की शिवाजी हा गहन प्रसन्न प्रश्न उभा राहिला. बराच वेळ त्यांचं मन निर्णयाप्रत येईना. कडाक्याच्या थंडीतही पंत घामेजले. त्यांनी मनातल्या मनात यवतेश्वराचा धावा केला. हळूहळू त्यांचं मन स्थिर झालं. पंतांनी स्वत:ला सावरलं. समोर बसलेल्या राणीकडे पहात ते बोलले.

शंकराजीनी दूधभात हातात घेऊन शपथ घेतली

'हा दुधभात हाती घेऊन सांगतो की राणीसाहेबांच्या पायाची निष्ठा सोडणार नाही.'

'शंकराजी, आम्हाला समाधान वाटलं. शाहूच्या बंदोबस्तासाठी सैन्य पाठवा.'

'आज्ञा राणीसाहेब.'

'तुमच्या प्रमाणंच रामचंद्रपंत, पेशवा निळोपंत, खंडोबल्लाळ यांना तशी शपथ घ्यायला लावा.'

'प्रयत्न करतो, आता निरोप द्यावा.'

'सातारा किल्ला शाहूमहाराजांचे हाती पडण्याचा रंग दिसू लागताच, ताराऊराणीसाहेब पन्हाळ्यावर आल्या. ही धावपळ भवानीबाईना सहन झाली नाही. आल्या दिवसापासून त्या दरूणी महालात पडून होत्या. त्यामुळं राणीसाहेब फार बैचैन झाल्या. त्या दिवशी प्रभातीच दासीनं भवानीबाईना पुत्र झाल्याची खबर देताच, राणीसाहेबांना खूपखूप आनंद झाला. त्या बाळाला, आपल्या कुलदीपकाला डोळे भरून पाहण्यासाठी त्या फारफार अधीर झाल्या.

'आम्ही बाळराजेंच्या भेटीला येत असल्याची खबर दे.'

'जी आऊसाहेब.'

'त्यांनी बोटातला हिरा तिला बक्षीस दिला. कृतज्ञतेनं तिनं ती अंगठी मस्तकी लावून बोटात घातली. द्वारात थबकलेले निळोमोरेश्वर आत आले. राणीसाहेबांच्या समोर येऊन त्यांनी मुजरा केला.

'पंत खुश खबरी आहे. आमच्या शिवाजीराजेंना पुत्र जाहला. देरी न करता चौघडा वाजू द्या. हत्तीवरून साखर वाटा. आणि आनंदोत्सव करा. जेणे करून रयतेला युवराजाच्या जन्माची खबर समजू द्या.'

'राणीसाहेब, बऱ्याच कालानंतर इतका आनंद पहायला मिळाला.'

'पंत तख्ताधिकारी जलमल्यामुळं आमचं मन सुखानं भरून गेलंय. तुम्ही जाऊन लवकर कामाला लागावं.'

'निळोपंत निघून जाताच त्या वाड्यातल्या अंबाबाईसमोर उभ्या राहिल्या. सुवर्णाचा मुलामा घेतलेल्या चांदीच्या समयांच्या प्रकाशात सोनसळी पैठणी आणि हिऱ्याचे अलंकार ल्यालेली ती मूर्ती विलोभनीय दिसत होती. चंदनाचा वास दरवळत होता. राणीसाहेबांनी भक्तिभावानं नमस्कार केला.

'आमच्या पुत्र-पौत्राला दीर्घायुष्य दे आई.'

निरंजनाच्या वाती थरथरल्या. त्यांचं मन जरासं कंपित झालं. परंतु त्या फार खंबीर होत्या. निमिषार्धात स्वतःला सांभाळून त्या महालाकडे वळल्या.

'दहा बारा दिवस कसे सरकले हेच समजलं नाही. नामकरणाच्या दिवशी बाळ बाळंतिणीला अलंकाराचं तबक पाठवून त्यांनी सर्व व्यवस्था जातीनं हाती घेतली. इंग्रज, पोर्तुगीज, सिद्दी आणि शाहूमहाराजांकडूनही नजराणे घेऊन सरदार दाखल झाले मोठ्या घरच्या स्त्रियाही कोरी लुगडी-अलंकार लेऊन येऊ लागल्या. मधल्या दालनात रेशमी बैठकीवर सरदार स्थानापन्न झाले. आतल्या भागात पाळणा होता. त्यावर सोन्या-चांदीचे पक्षी हालत होते. त्यांच्या पंखावरचे हिरे चमचमत होते. सुमुहूर्ताची वेळ टळू न देता, बाळाचं नाव 'रामराजा' ठेवलं. मिठाई देऊन सर्वांचं यथोचित स्वागत केलं. नेहमी स्वस्थ बसणारे शिवाजीराजे जातीने सर्व व्यवस्था पहात होते. रात्रीही बराच वेळ पर्यंत आतशबाजीचा चकचकाट होता. त्यानंतर रात्री प्यारीबाईचा जलसा झाला. मधुर संगीतानं जमलेली

मंडळी फार फार सुखावली. दुसऱ्या दिवशी रामराजेंना आशीर्वाद देऊन मंडळींनी शिवाराजेंचा निरोप घेतला.

* * *

संध्याकाळ झाली. सज्जाकोठीत सूर्याची तांबूस किरणं नाचू लागली. समोरच्या मंडपावर चढवलेल्या जाईच्या वेलीवर पांढऱ्याशुभ्र कळ्या एकएक पाकळी उलगडीत हसू लागल्या. त्यांचा मंद मधुर सुगंध दरवळू लागला. राणीसाहेब विचार करीत मावळत्या लालबुंद सूर्यांकडे पहात उभ्या होत्या.

'दासीनं येऊन सांगितलं, 'आऊसाहेब, वसंतगडावरून मुक्त झालेले रामचंद्रपंत आल्यात.'

'आम्ही महालात येतो पाठव त्यांना.'

राणीसाहेब झपझप पावलं टाकीत महालात आल्या. श्वेत आसनावर बसून त्यांनी क्षणभर डोळे मिटले. रामचंद्रपंत अमात्य हळूहळू चालत येऊन उभे राहिले. त्यांच्यावर स्थिर नजर रोखीत त्यांनी विचारलं.'

'काय म्हणता पंत?'

स्वत:च्या कैदेबद्दल काही न बोलता ते गंभीर स्वरात उत्तरले.

'राणीसाहेब, हातातला विशालगड गेला. महाराज रांगण्यावर चालून असल्याची खबर बहिर्जीनी आताच पाठवली.'

'पंत भिऊ नका आम्ही मालवणकडे जाण्याची तैयारी करतो. सिंधुदुर्ग उत्तम आहे. खेम सावंत, कान्होजी आंग्रे, त्रिंबक शिवदेव यांस आम्ही सांगतो त्याप्रमाणं लिहा.'

क्षणभरात पंतांनी लिहून दिलेल्या कागदावर त्यांची नजर फिरू लागली.

'चि. शाहूराजानं जिंकलेले गड किल्ले पुन: मेळवलेत तरच त्यांची कंबर मोडून ते हतप्रभ होतील, ते कोल्हापुरकडे आहेत, तोपर्यंत त्यास पायबंद बसवावा. आपल्या स्वामीची छत्रपती शिवाजीराजेची सेवा करून निष्ठेची वर्तणूक ठेवावी.'

'ठीक आहे, परंतु शाहूराजेंचे सरदार फितूर करून घेतल्याशिवाय जमणे नाही.'

'राणीसाहेब गर्दन तोडून देण्याचा हुकूम दिलात तर क्षणभरात ही मान आपल्या पायाशी पडेल, परंतु फितुरीचं काम माझ्यानं होणार नाही. मर्यादा ओलांडून शब्द बाहेर पडल्याबद्दल माफी असावी.'

यावेळी न रागवता पंतांना गोंजारूनच काम करून घेणं आवश्यक असल्याचं जाणून त्या बोलल्या.

'पंत घडी घडी तुम्ही असं बोलणं उचित नव्हे. काहीही करून राज्य वाढवा. राज्यभार तुम्हावरी टाकीला आहे.'

रायाजी मल्हार धावत पळत महालाच्या द्वाराशी आला. पंतांनी इशारा करताच तो आत येऊन म्हणाला,

'राणीसाहेब, धनाजी जाधवाचा काळ जाहला' तो तसाच मागं वळला.

'धनाजीच्या मरणामुळं मराठी राज्याचं नुकसान झालं हे खरंच. परंतु तो आमच्याकडे राहिला असता तर आम्हास त्याच्या मृत्यूनं दु:खात लोटलं असतं.'

'खरं आहे. राणीसाहेब आता चंद्रसेन जाधवास सेनापतीची वस्त्रं मिळतील. परंतु बाळाजीचं व त्यांचं पटत नसल्यामुळं तो आपल्या बाजूला येईल असं वाटतं.'

'ते मग पाहू. आत्ता शाहूराजेच्या बाजूला धनाजीसारखा धडाडीचा कोणी दिसत नाही. म्हणून तुम्ही त्वरा करा. सरासर गड

काबीज करून शाहूस जेरीस आणा.'

'आज्ञा राणीसाहेब.'

पंत जाताच राणीसाहेब रात्रीचं जेवण घेण्यासाठी निघाल्या.

दिवसेंदिवस शाहूराजेंचे प्रस्थ वाढू लागलं तेव्हा राणीसाहेब राज्यरक्षणाची अधिकाधिक तयारी करू लागल्या. शाहूच्या पक्षातले रंभाजी निंबाळकर, चंद्रसेन जाधव, हिंदूराव घोरपडे वगैरे सरदारांस फोडण्याचा प्रयत्न करून त्यांनी विजापूरच्या हमीदखानाशी हातमिळवणी केली. त्यानं शहागडला वेढा दिला. शाहू सरदारांची व हमीदखानाची जोरदार लढाई होऊन हमीदचा पूर्ण पराभव झाला. ही हकीकत समजताच राणीसाहेब फार बेचैन झाल्या. त्यांची विचारचक्रे जलदगतीनं फिरू लागली. त्यांनी पंतांस बुलावा धाडला. रामचंदपंत आले त्यावेळी अंबाबाईची पूजा करून त्या महालाकडे निघाल्या होत्या.

महालात जाताच त्यांनी पंतांना विचारलं

'सध्या काय विशेष.'

'चंद्रसेन जाधव, रंभाजी निंबाळकर वगैरे मंडळी आता दाऊदखानास मिळाली आहे.'

'म्हणजे शाहूराजे अगदी एकाकी पडले वाटतं?' परिस्थितीचा अंदाज घेण्यासाठी त्यांनी प्रश्न टाकला.

'तसं नाही राणीसाहेब, या सर्वांची उणीव बाळाजी विश्वनाथानं भरून काढली आहे. 'सेनाकर्ते' हे पद देऊन सर्व कारभार सोपविला आहे. त्यानंच प्रतिनिधीचा व कान्होजी आंग्र्यांचा पराभव केला.'

'त्याला आपल्याकडे वळवून पहा.'

'राणीसाहेब तो राजनिष्ठ आहे. त्यानंच कान्होजी आंग्रेला महाराजांकडे नेलंय.'

कान्होजीसारखा सरखेलही शाहू राजेना मिळाल्याचं ऐकून त्या निराश झाल्या. त्यांनी मनातली व्यथा पंतांसमोर व्यक्त केली.

'पंत, थोरल्या महाराजांनी उभं केलेलं राज्य मोगलांपासून वाचविण्यासाठीच आम्ही प्रयत्न केले. शाहूराजे आयत्या पीठावर रेघोट्या ओढीत आहेत. त्यांच्या अंगी शौर्य, चातुर्य नसल्यामुळं ते तख्त टिकविण्यासाठी काहीतरी करणं आवश्यक आहे.'

'राणीसाहेब, महाराजांनी मोगलांचा बंदोबस्त करून चांगलाच जम बसवलाय. आपण चिंता न करावी.'

पंत निरोप घेऊन जात असतानाच निळो मोरेश्वर तडक आत आले. त्यांचं ते येणं पाहून त्या चक्रावल्याच. त्यांची घाबरलेली घामानं भिजलेली मुद्रा पाहून त्यांनी विचारलं.

'निळोपंत काय खबर आहे?'

'शंकराजी नारायण सचिव परलोकी गेले.'

'काय म्हणता?' त्यांच्या भुवया वक्र झाल्या. शब्दातून आश्चर्य ओसंडलं.

'खरं सांगतोय.'

'कसली बिमारी झाली?'

'शंकराजी राजगडावर होते. शिरवळनजीक महाराजांचा डेरा होता. त्यांनी शंकराजींना बुलावा धाडला. परंतु ते गेले नाहीत. त्यांची वाट पाहून महाराज डेरेदाखल झाले. गडकऱ्यांनी किल्ल्याचे दरवाजे बंद केले. तोफांचे मोर्चे लावले. पंतांना हे वृत्त समजताच ते जातीनं गडकऱ्यापाशी जाऊन म्हणाले.

'बत्ती देऊ नका.' त्यावर किल्लेदारानं विचारलं.

'दुष्मन पुढं असतांना आम्ही स्वस्थ बसायचं?'

शंकराजींनी त्याला होकार देऊन मागं वळवलं. महाराजांची

फौज दरवाजे धडकू लागली. त्यांनी मस्तकीचा तुरा, शिरपेंच असलेलं पागोटं, समशेर देवापुढं ठेवली. नेसत्या वस्त्रानिशी बाहेर पडून सर्वांस नमस्कार केला.

'निळोपंत, म्हणता तरी काय?'

'ऐकावं, ते आडमार्गानं नागेश्वराच्या मंदिरात आले. संन्यास दीक्षा घेऊन ईश्वर चिंतनात मग्न झाले. महाराजांना खबर मिळताच ते मंदिरात गेले. शंकराजीनी स्थिर नजरेनं आपल्या स्वामींकडे पाहून नेत्र मिटले. महाराजांनी जवळ जाऊन त्यांच्या पाठीवर हात ठेवून हाक दिली. आणि पंतांची धीरगंभीर मूर्ती खाली कोसळली.'

'अरेरे, फार फार वाईट झालं! पंत राणी येसूबाई कुठं होती?'

'तिथंच होती. तिनं धाकट्या नारायणाला महाराजांच्या पायावर घालून सहारा मागितला. महाराजांनी नारो शंकराला सचिव पदाची वस्त्रं त्याच स्थानी बहाल केली.'

'पंत शंकराजींनी आम्हाला दिलेला शब्द पाळला. त्यांच्या निष्ठेचं कौतुक म्हणून, येसूबाईला आमच्या खासगीतून काही रक्कम देण्याचा इंतजाम करा.'

'आज्ञा शिरसावंद्य आहे राणीसाहेब.'

'निळोपंत, शाहूराजेपुढं आमचा निभाव लागणं कठीण आहे. तेव्हा साताऱ्याचं तख्त त्यांनाच देऊन आम्ही करवीरी दुसरं राज्य उभं केलं तर?' राणीसाहेबांनी त्यांच्याकडे अपेक्षेनं पाहिलं.

निळोपंतांना दुसऱ्या तख्ताची कल्पना बिलकुल पसंत नव्हती. परंतु 'नाही' म्हणण्याची त्यांच्यात ताकद नव्हती.

'आपली कल्पना स्वागतार्ह आहे.'

'राजमंडळाचा विचार घेऊन राज्याभिषेकाच्या तैयारीला लागा.'

'आज्ञा.'

थोड्याच दिवसात एका सुमुहूर्तावर पुरोहितांच्या मंत्रघोषात त्यांनी शिवाजीराजेंना राज्याभिषेक करून खऱ्या अर्थानं छत्रपती केलं. या शुभ कार्यानिमित्त तुळजापुरच्या भवानीसाठी आलनापूर हा गाव इनाम दिला. नेहमी दर्शन घेता यावं म्हणून तिची स्थापना करवीरात आपल्या वाड्यात केली.

'प्रभातीची प्रसन्नता वातावरणात खेळत होती, राणीसाहेब स्नान करून पूजागृहाकडे निघाल्या. भरजरी शालू नेसून हिऱ्या-मोत्याच्या अलंकारांनी सजलेली भवानी त्यांच्यासमोर उभी होती. समयांचा मंद प्रकाश तिच्या चेहऱ्यावर पसरला होता. तिच्या मुखावर स्मित फुलत असल्याचा त्यांना भास झाला.

'देवीभवानी, आमच्या तख्ताला तुझा आशीर्वाद असू दे. तुझ्या इच्छेखातिर आम्ही हे केलंय.'

त्यांनी मनोभावे नमस्कार करून तिच्या पायावर फुलं वाहिली आणि त्या तिथंच बराच वेळ बसून राहिल्या.

* * *

खासगीतलं आपलं उत्पन्न पाहून त्यांना समाधान वाटलं. त्या तशाच सदरेवर आल्या. समोरून आलेली दासी अदबीनं म्हणाली,

'आऊसाहेब, गिरजोजी आल्यात.'

'पाठवून दे, आम्ही इथंच बोलू.'

गिरजोजीनं पुढं येऊन त्रिवार मुजरा घातला. त्याला काय बोलावं हेच सुचत नव्हतं. तो थरथरत उभा राहिला.

'काय गिरजोजी, धाकट्या राणीसाहेब कुशल आहेत ना?'

'होय, त्यांनी कैदेतून मुक्तता करून घेतली आणि...' तो अडखळला. कपाळावर घामाचे थेंब दिसू लागले.

'आणि काय? पुढं बोलाऽऽ'

'राणीसाहेब, पन्हाळ्यावर संभाजीराजेंना राज्यपदी बसविलंयऽऽ' त्याच्याई गलमिशा थरथरल्या. नेत्र झुकले. त्यांच्या शब्दांनी राणीसाहेब क्षणभर दिड्मूढ झाल्या. या अनपेक्षित घटनेनं त्या बावरून गेल्या.

'आमचे शिवाजीराजे तख्ताधिकारी असताना संभाजीला राज्याभिषेक करण्याचा त्यांना अधिकार नाही. कोणाच्या सहाय्यानं त्यांनी हे साहस केलं? हळूहळू त्यांचा स्वर कठोर झाला.

'अंताजी चिमल, तुळाजी शितोळे, गडकरी त्यांच्या मदतीला आहेत.'

'आता तुम्ही कशापायी आलात?'

'मी एक साधा सैनिक त्यांच्या आज्ञेनं पालन करण्यासाठी आलोय.'

'कोणता हुक्म?'

'राणीसाहेब माफी असावी. आपल्या परिवाराला कैदेत ठेवण्याची जिम्मेदारी माझ्यावर आहे.'

'गिरजोजी, तुमची एवढी मजाल?'

'राणीसाहेब रागास येऊ नये. संभाजीमहाराजांच्या आज्ञेचं पालन करणं आमचं कर्तव्य आहे.'

'या कारस्थानात शाहूराजेंचं अंग आहे का?'

'होय राणीसाहेब.'

'ठीक आहे. चहूकडून आमचे पंख छाटून टाकल्यावर आम्ही काय करणार? ज्या हाती तलवार घेऊन आम्ही दुष्मनांची मस्तकं उडवली. त्या हातात शृंखला पडलेल्या पाहून आम्हाला दुःख होतंय.'

त्यांनी दाताखाली ओठ दाबून दुःख गिळून टाकलं. सदरेत

आलेले रामचंद्रपंत विस्मित नजरेनं पहात राहिले, त्यांचा आपल्या कानावर विश्वासच बसेना. परंतु ते सत्य असल्याची खात्री पटताच त्यांचं मन दुःखानं भरून गेलं, आपल्या राणीची विकल अवस्था पहावेना.

'राणीसाहेब धीर धरा. यातूनही मार्ग सापडेल.'

'पंत दुःखी मनानं बाहेर पडले. राणीसाहेब शून्य मनानं तिथंच बसून राहिल्या.

५

ताराऊराणीसाहेब, भवानीबाई, पार्वतीबाई आणि शिवाजी राजेना नजरकैदेत ठेवून गिरजोजी पन्हाळ्याकडे निघाला. या संकटातून मुक्त होण्यासाठी त्या अनेक योजना तैयार करित होत्या, परंतु त्यांना यशच येत नव्हतं. त्यातच संभाजीराजे निजामास मिळाल्याची खबर ऐकून, त्या फार व्यथित झाल्या. भेटीस आलेल्या निळोपंतांना त्या म्हणाल्या.

'आमचे पुत्रच दुष्मनाला घरात जागा देऊ लागले तर दोष कुणास द्यायचा?'

'राणीसाहेब, संभाजीराजांची ही गलती मराठी तख्ताला खतऱ्यात टाकल्याशिवाय रहाणार नाही, त्यात...'

'स्पष्ट बोला, आम्हाला अंधारात ठेवू नका.'

'शाहूमहाराज त्यांना म्हणाले, शंभूराजे तुम्ही दक्षिण जिंका आम्ही उत्तर पादाक्रांत करतो. नंतर आपण प्रदेशाची वाटणी करू, परंतु त्यांनी काही मानलंच नाही. निजामाला काही प्रदेश देऊन,

त्यांनी त्याच्याकडून स्वतःला 'राजा' घोषित करवलं.'

'असं असून शाहूराजे चुपचाप बसले?' राणीसाहेबांची उत्सुकता प्रगट झाली.

'छे: छे:, बाळाजी विश्वनाथचा पुत्र बाजीराव पेशवा फार चतुर आणि पराक्रमी आहे, त्यानं महाराजांच्या वतीनं सिंधोजी थोरात, दावलजी सोमवंशी, राणोजी घोरपडे इत्यादी सरदारांस पाठविलं. जबरदस्त लढाई झाली. संभाजीराजेंचा पराभव झाला. ते राण्यांसमवेत गिरफ्तारीत आहेत राणीसाहेब.'

'चांगलं प्रायश्चित दिलं देवीनं' त्यांचा चेहरा रागानं लालबुंद झाला. अंगाची आग आग होऊ लागली.

तिथं जवळच बसलेले शिवाजीराजे मातेकडे पहात अडखळत उत्तरले.

'शंभूनं यावेळी शरण जाणंच जरुरी होतं.'

'तस्संच घडलं महाराज! वारणेच्या काठी दोघांचा तह झाला आणि तेवीस वर्षांचा संघर्ष संपला.'

'बेस झालं, आता दोन्ही भाऊ एकत्र येऊन मोगलांचा खातमा करतील.'

'छे: छे:, राणीसाहेब, संभाजीराजे महाराजांचं प्रेम जाणीतच नाहीत. ते त्यांचा फार द्वेष करतात.'

'म्हणजे हे अस्संच चालू रहाणारसं दिसतंय.'

'आपला अंदाज बरोबर आहे राणीसाहेब.'

✷ ✷ ✷

ताराऊराणीसाहेब अंबाबाईची पूजा आटोपून उगवत्या सूर्याकडे पहात उभ्या होत्या. पांढरं शुभ्र जरीकाठी लुगडं त्यांच्या अंगावर होतं. कानांतल्या हिऱ्यांचा प्रकाश हालचालीबरोबर गालावर पडत हेता.

गव्व्यातल्या मोत्यांच्या सरात बसवलेले हिरे चमचमत होते. परंतु त्यांचा सतेज चेहरा कोमेजला होता. त्यावर चिंतेची अभ्रं दिसत होती. कडेवर असलेल्या रामराजाकडे पाहून, त्यांचं मन दु:खानं भरून गेलं.

'बाळराजे, लढाईचं शिक्षण घेण्याचं वय तुम्हाला गिरफ्तारीत घालवावं लागतंय, हे आमचं दुर्दैव. आमच्या शिवाजीराजेबद्दल आमच्या फार अपेक्षा होत्या. थोरल्या महाराजांप्रमाणं दुष्मनाला कंपित करतील असा आमचा कयास होता. परंतु त्यांनी आपली जिंदगी मदिरेत बुडवून टाकली. अंथरुणावर त्यांना तडफडताना आमच्यानं पहावत नाही.'

कण्हण्याचा आर्त स्वर कानी पडताच त्या जड पावलांनी आत आल्या.

'आऊसाहेबऽऽऽ, आऊ, नाही सहनऽऽ होतऽऽ'

भवानी आणि पार्वती शिवाजीराजेंच्या बाजूला बसून रडत होत्या. राजे पोटातल्या वेदनांनी तळमळत होते. त्यांचे नेत्र पैलतीराकडे लागले होते. चेहऱ्यावर भीषणता होती. कठोर कर्तव्याचं पालन करणारं राणीपण विसरून, त्यांच्यातली वत्सलमाता पुत्राजवळ गेली. त्यांनी आपला हात त्यांच्या कपाळावर ठेवला. त्यांच्या नेत्रातले अश्रू त्या हातावर पडले. क्षणभर त्या तशाच निश्चल बसून होत्या. राजेचं शरीर एकदम जबरदस्त हाललं, आणि क्षणभरात त्यातला आत्मा बाहेर निघून गेला.

दोन्ही सुनांना पोटाशी धरून, दाताखाली ओठ दाबून स्वत:चं दु:ख त्यांनी गिळून टाकलं.

ही दु:खदायक खबर ऐकून संभाजीराजे, राजसबाई व पत्नी जिजाबाईंना घेऊन आले. शाहूराजे आपल्या परिवारासह मातमपोशीसाठी

येऊन थडकले. शिवरायांचा परिवार एकत्र आला. ताराऊराणीसाहेब येसूबाईच्या गळ्यात पडून खूप रडल्या. येसूबाईचं कोमल मन कळवळलं. स्वत:चे अश्रू त्यांनी मागं परतवले.

'ताराऊ, ताराऊऽऽ. तुमचं दु:ख आम्ही जाणतो, परंतु काय करणार. मन घट्ट करून सहन करण्याखेरीज दुसरा मार्ग नाहीऽ.'

राजसबाई, जिजाबाई कर्तव्यपूर्तीसाठी आलेल्या दिसत होत्या. त्या सांत्वनपर चार शब्दही बोलल्या नाहीत.

अंतिम विधी संपल्यानंतर, येसूबाईंनी मनाशी ठरवून, संधीचा फायदा घेतलाच.

'राजसबाई, थोरल्या महाराजांनी लावलेल्या रोपट्याची अशी खच्ची करण्यात काय फायदा? तुम्ही प्रथमच आमच्यापाशी राज्याची मागणी केली असती तर आम्ही राजेना तख्त तुम्हांकडे सोपविण्यास राजी केलं असतं.'

'थोरल्या जाऊबाई, ही सोंगंढोंग आम्हाला समजत का नाहीत? शाहूराजेना राज्य द्यायचं होतं तर इन्तजार करीत का राहिले?

कुणीतरी आल्याची चाहूल लागताच, तो विषय तिथंच संपला. राजसबाई पुत्रासमवेत कोल्हापूरकडे वळल्या. शाहूराजे आणि येसूबाई मात्र त्यांच्या आग्रहासाठी थोडे दिवस राहिल्या. बऱ्याच आठवणींना उजाळा मिळाला. मनातली किल्मिष धुरकट झाली.

दुपार चढू लागली. उन्हाच्या झळांनी महाल तापला होता. खिडक्यांवर सोडलेल्या वाळ्याच्या पडद्यांवर कुळंबिणी पाणी मारत होत्या. राणीसाहेब येसूबाईसमवेत आसनावर बसल्या होत्या. दुडुदुडू धावत आलेले रामराजे राणीसाहेबांना बिलगले. त्यांच्या पाठीवरून राणीसाहेबांचा प्रेमळ हात फिरू लागला.

'आऊशायेब, या कोन हायेत?'

'तुमच्या आजीसाहेब आहेत.'

'येसूबाईंनी नातवाला घेण्यासाठी हात पुढं केले. ते कृश, काळवंडलेले हात पाहून त्यांना कसंसंच झालं.'

'जाऊबाई, तुमचं पूर्वीचं तेज अगदी लोपून गेलं हो! ही तुमची अवस्था पाहून काय बोलावं तेच समजत नाही.'

'ताराऊ, स्वारीना तडीला लावल्यानंतर बादशहानं आम्हाला नजरकैदेत ठेवलं. हृदयावर दगड ठेवून वावरावं लागत होतं. त्यात तख्तासंबंधीचे तंटे! काही विचारू नका. अंतर्बाह्य कटकटी पाहून आम्ही थकून गेलो. आता परिस्थिती आटोक्यात आहे, तर राजेना संतान नाही. तख्ताला अधिकारी नाही.' येसूबाईंच्या मुखातून निराशेचा सुस्कारा बाहेर पडला. त्यांचे नेत्र आपल्या जाऊबाईंच्या मुखावर स्थिरावले.

राणीसाहेबांचे नेत्र आशेनं चमकत होते. लालचुटूक ओठ बोलण्यासाठी उत्सुक झाले.

'जाऊबाई, आमची इच्छा तुम्ही पुरी करणार का?'

'सांगा तर खरं!'

'आमच्या रामराजेना शाहूराजेंनी दत्तक घ्यावं. आपलाच आहे हा!'

'होय. आम्ही प्रयत्न करतो. तुम्ही चिंता करू नये.'

'पेशव्यांनी विरोध केला तर?' राणीसाहेबांच्या शब्दात परेशानी होती.

'राज्य आमचं आहे. पेशव्यांचं नाही. त्यांनी फक्त सलाह द्यायची.' येसूबाई निश्चयानं बोलल्या.

'कोल्हापूरी नाही तर सातारचे तख्ताधिकारी योग आहे रामराजेंना!'

'ताराऊ, आमचा शब्द पक्का असतो हे ध्यानात ठेवा.'

राणीसाहेबांच्या आग्रहावरून येसूबाई थोडे दिवस राहून आपल्या वाड्याकडे परतल्या.

✳ ✳ ✳

सरकत्या दिवसाबरोबर संभाजीराजेंची पुंडाई वाढतच होती. रामराजेंना पळवून सातारची गादीही संभाजीराजेंना देण्याची खटपट राजसबाई करीत असल्याची खबर ऐकल्यापासून राणीसाहेब फारफार बेचैन झाल्या. त्यांच्या नेत्रांसमोर अनेक माणसं आली. त्यातलं दर्याबाई निंबाळकरणीचं नाव बराच वेळ स्थिर राहिलं. तेव्हा त्यांनी रामराजेला तिच्या आधारानं ठेवायचं निश्चित केलं.

संध्याकाळ झाली. मंगळाई बुरुजाकडे पहात त्या बराच वेळ उभ्या होत्या. मागून आलेल्या भवानीबाईंनी विचारलं.

'मासाहेब, तुम्ही किती वेळ उभ्या रहाणार अशा थंडीत?'

'फार महत्त्वाचा विचार करीत होतो आम्ही.'

दासीबरोबर निळो मोरेश्वर आले. त्यांनी पुढं सरकून मुजरा केला. भवानीबाई पदर सावरीत मागं सरकली.

'पंत, आम्ही तुमच्याच इन्तजारीत होतो. अतिशय कठीण प्रश्न सोडवायचा आहे.'

'सांगावं.'

'पंत, रामराजेंचा काळ झाल्याचे खलिते पाठवायचे आहेत.'

'म्हणता तरी काय राणीसाहेब?'

'मासाहेब, नका हो असं अभद्र बोलू.'

'सूनबाई, संभाजी आणि जिजाबाई रामराजेंचा खून करण्याचे

मनसुबे रचित आहेत, म्हणूनच आम्हाला इतकं कठोर व्हावं लागलं.'

'मासाहेब, रागास येऊ नये, परंतु तख्तासाठी इतक्या कटकटी उभ्या असतील तर बाळराजेंना राज्यच नको.'

'भवानी, कोणापुढं बोलत आहात, याची शुद्ध आहे का? रामराजेंना सातारची गादी देण्याचं जाऊबाईंनी कबूल केलंय. बाळराजेंचं रक्षण व्हावं म्हणूनच ही योजना आहे. तुम्ही प्रेमापोटी साशंक झालात सूनबाई!'

'राणीसाहेब, असेच खलिते आमच्या बाबांनी एकवार पाठवले होते!'

भवानी आणि ताराऊच्या चेहऱ्यावर उत्सुकता उभी राहिली. त्यांचे कानही अधीरले.

'बोला, पंत, अगदी लवकर सांगा.'

'थोरले महाराज औरंगजेबाच्या कैदेतून पळाले, तेव्हा त्यांनी नऊ वर्षाच्या शंभूराजेंना काशीला पाठवलं, आणि थोरल्या मासाहेबांना ते गेल्याचं सांगून आमच्या बाबांना तसे खलिते रवाना करायला सांगितले होते थोरल्या महाराजांनी.'

'म्हणजे आम्ही काही वेगळं करीत नाही!' राणीसाहेब भवानीकडे पाहून हसल्या.

'सगळं समजत असूनही भवानीबाई पुत्र विरहाच्या कल्पनेनं थरथरली. सासूबाईच्या पायावर लोळण घेऊन रडावं असं तिला तीव्रतेनं वाटलं, परंतु तिनं तोंडात पदराचा बोळा घालून स्वत;ला आवरलं. ताराऊच्या पायांना स्पर्श करून ती आतल्या दालनात गेली. राणीसाहेब सावरून बसल्या. क्षणभर शांतता पसरली.

'पंत, दर्याबाई निंबाळकरणीला बोलावून घ्या तुमच्या घरी आणि आमच्या रामराजेना तिच्या स्वाधीन करा. तनखा चालू ठेवा.

आणि त्यांचा काळ झाल्याची खबर सर्वांस पाठवा.'

'आज्ञा राणीसाहेब.'

ते उठत असतानाच, पायउतार होऊन घाईनं येत असलेला सेवक पाहून पंत थबकले.

'काय आहे?'

'मातोश्री येसूबाई...'

येसूबाईच्या निधनाचं वृत्त ऐकून पंतांच्या नेत्रात पाणी आलं. राणीसाहेबांचं मनही दु:खानं काजळून गेलं.

✳ ✳ ✳

मांडीवरची शिवलीलामृताची पोथी बाजूला करीत, राणीसाहेबांनी उभ्या असलेल्या निळोपंतांकडे पाहिलं. सावळा वर्ण गंभीर शांत मुद्रा आणि वागण्यातली अदब त्यांना बरंच काही सांगून गेली. त्यांच्या मनात विचारही आला.

'असे आज्ञाधारक सज्जन सेवक असतांनाही आमच्यावर कैदेत पडण्याचा प्रसंग यावा ना!'

त्यांनी इकडे तिकडे पहात, पंतांना विचारलं.

'पंत, आज चौघडा ऐकू आला नाही?'

'राणीसाहेब, बाजीराव पेशव्यांच्या आकस्मिक निधनामुळं महाराज फार फार दुखावले. त्यांनी तीन दिवस चौघडा बंद केला.'

'बाजीराव तसा लहानच. काय झालं असं एकाएकी?'

'ज्वर चढतच गेला, शुद्ध हरपली आणि त्यातच देहांत झाला.'

'अरेरे, बहोत वाईट गोष्ट जाहली. राधाबाईंवर प्रसंग ओढवला.'

'ईश्वरेच्छेपुढं पामर काय करणार?' पंतांच्या मुखातून निश्वास बाहेर पडला.

'आता पेशवाई वस्त्रं कुणाला?'

'बाळाजी बाजीराव ऊर्फ नानासाहेब.'

'१२ वर्षांचा हा मुलगा पेशवाईची जिम्मेदारी कशी पेलणार?'

'राणीसाहेब, त्यांचा चुलता चिमाजीअप्पा आणि अंबाजी पुरंदरे त्याला मदत करतीलच!'

'ठीक आहे, जे जे होईल ते ते पहावे, दुसरं काय करणार?'

'परंतु परिस्थिती थोडी बिकट आहे. नानासाहेबास पेशवाईची वस्त्रं देण्याचा आपला निश्चय महाराजांनी स्पष्ट करताच बाबुजी नाईक फार चिडले. त्यात दाभाडेचा असंतोष. महाराज फार फार त्रस्त आहेत.'

'आपण मनात आणलंत तर करणे असंभव नाही.'

'म्हणजे काय पंत? आम्ही नाही समजलो.'

'राणीसाहेब, या वेळी कोल्हापुरचे संभाजीराजे बेसावध असणार, त्यांच्यावर आक्रमण केलं तर फायदा आहे.'

'परंतु सैन्यबळ-पैसा नसतांना कसं काय झेपणार?'

'राणीसाहेबांनी माळव्यातले मल्हारराव होळकर, महादजी शिंदे, आनंदराव पवार आणि नागपुरच्या रघुजी भोसले या मातबर सरदारांस पत्रे पाठवून मदत मागावी.'

'तुमच्या इच्छेप्रमाणं होऊ द्या पंत.'

पंताना निरोप देऊन त्या विचारात गढून गेल्या.

सर्व तैयारी करून राणीसाहेब योग्य संधीची वाट पाहू लागल्या. नजरबाज पेरून त्या खबरा जमवायला लागल्या. मध्यंतरीच्या काळात

निराश झालेले पंत उमेदीनं उभे राहिले महाराजांच्या वाड्यावर त्यांच येणं जाणं वाढलं. आजही एका प्रभाती ते राणीसाहेबांचा निरोप घेऊन वाड्यावर आले होते. तिथली धावपळ पाहून त्यांच्या तोंडचं पाणीच पळालं. आल्यापावलीच त्यांचा घोडा वळून ताराऊ राणीसाहेबांच्या वाड्याकडे निघाला. सूर्य मध्यान्ही तळपत होता. कडकडीत उन्हामुळं झाडं झुडपं म्लान झाली होती. कुरणात चरणारी गुरंढोरं वृक्षाच्या छायेत रवंथ करीत विसावली होती. पतांचा घोडा दौडत होता. त्याच्या तोंडातून फेस गळत होता. त्यांच्या मस्तकावरची पगडी वाकडी झाली होती. कपाळावरून घामाच्या धारा गळत होत्या. द्वारावरच्या पहारेदाराकडे घोडा सोपवून पंत राणीसाहेबांच्या महालाकडे निघाले. दासीनं त्यांना मध्येच थांबवलं.

'पंताजी, आऊसाहेबांचा डोळा लागलाय जनू.'

'ठीक आहे. चलतो आम्ही.'

'चंद्रा, पंतांना आत पाठव.'

'राणीसाहेबांचा आवाज ऐकताच पंत दासीकडे दुर्लक्ष करून महालात प्रवेशले. राणीसाहेब आसनावर बसत उत्तरल्या.'

'बसा पंत, काय ही तुमची अवस्था?'

'राणीसाहेब, फार भयंकर घडलंय. धाकट्या राणीसाहेबांचा अन्त जाहला.'

'सगुणाबाईंचा... अरेरे. आता शाहू राजेचं फार कठीण आहे.'

'अगदी खरं आहे. सरदारांच्या कटकटी आणि अवाढव्य कर्जानं महाराज फार परेशान असतात. त्यामुळं त्यांना वारंवार बुखार चढतो. धाकट्या राणीसाहेबच त्यांना धीर देऊन उभं ठेवीत होत्या.'

'पंत, या नजरकैदेमुळं आम्हाला बाहेर पडता येत नाही.

तुम्हीच आमच्या वतीनं मातमपोशी घेऊन जा.'

'ठीक आहे.'

'पंत निघून जाताच राणीसाहेबांच्या मुखातून दीर्घ निश्वास बाहेर पडला. त्यांच्या नेत्रांसमोर गोरीपान, सडसडीत बांध्याची लालभडक शालू नेसलेली, नाजुक सगुणा उभी राहिली.

'सगुणा, पतीला एकटी टाकून कशी ग निघून गेलीस? तुझ्याशिवाय तो वाडा त्यांना वैराण वाळवंटच वाटणार!'

'सासूबाई, तेही मागोमाग येणारच आहेत.' तिच्या मंजुळ हसण्याचा ध्वनी खरोखरच ऐकू आला वाऱ्याचा थंडगार झोत अंगावरून गेला. राणीसाहेबांनी चारही दिशांना पाहिलं, परंतु कोणीही नव्हतं.

'म्हणजे हा भासच झाला वाटतं.'

❋ ❋ ❋

गोविंदराव चिटणीसाकडून आलेला खलिता घेऊन निळोपंत छज्जा बुरुजाकडे वळले. गंगासागराला वळसा घालून ते ताराऊ राणीसाहेबांच्या महालापाशी आले. दासीनं आत खबर दिली. तिच्या सूचनेवरून पंत पुढं सरकले.

'काय पंत? आज इतक्या सकाळीच!'

'गोविन्दरावांचा खलिता आहे.'

'वाचा.'

'राजश्री शेकत बसले असता मुच्छर्ना आली. वैद्य पंचाक्षरी अवघे जमा केले. आज तीन रोज सूज आहे तशीच आहे. मुसलमान तबीब लेप लावीत आहेत. पेशव्यास फौज घेऊन साताऱ्यास बोलाविले आहे. राजश्रींच्या सांगणेवरून आपणास कळवीत आहे. तसदीबद्दल माफी असावी.'

'पंत, शाहूराजेची बीमारी बरीच लांबलीय. आज आम्ही त्यांच्या मातोश्रीच्या जागी आहोत. आम्हाला जाणं आवश्यक आहे. परंतु या कैदेतून आम्हाला बाहेर कोण जाऊ देणार? तुम्ही संभाजी राजाकडून परवानगी आणण्याचा तुरन्त इंतजाम करा. तुम्हीही आमच्यासंगं असावं.

'राणीसाहेब, संभाजीराजाकडे मी स्वतःच जातो.'

'ठीक आहे.'

संभाजीराजांकडून इजाजत येताच ताराऊ वाड्यावर आल्या. तेव्हा दत्तकाच्या वाटाघाटी चालूच होत्या. शाहूराजे बिछान्यावर होते. त्या राजेंच्या महालात प्रवेशल्या. आपल्या महत्त्वाकांक्षी चुलतीला पाहून त्यांनी थरथरणारे हात जोडले. 'काकीसाहेब, बसावं. प्रवासात तकलीफ झाली नाही ना?'

'नाही बेटा! तुमची तबीयत कशी आहे?'

'बरी आहे म्हणायची परंतु यातून आम्ही उठणार नाहीऽऽ.'

'बेटा अशुभ का बोलावं?' त्यांची अवस्था पाहून राणीसाहेबांच्या नेत्रात अश्रू आले.

'महादोबा पुरंदरे आत आले. उपरणी मागं टाकीत त्यांनी मुजरा केला.

'महाराज, भोसल्यांच्या वंशातली मुलं आणण्याची व्यवस्था केली आहे. आपण पसंत करावं.'

'यावेळी मनातली इच्छा प्रकट केली नाही तर आपले मनोरथ धुळीस मिळतील असा विचार करीत त्या उत्तरल्या.

'शाहूराजे, कोणालाही दत्तक घेण्यापेक्षा तुमच्या मातोश्रीच्या इच्छेप्रमाणे रामराजास दत्तक घ्यावं.

'काकीसाहेब खरं आहे. परंतु मासाहेब त्यासंबंधी कधी बोलल्या नाहीत.'

'त्यांना उसंतच मिळाली नसावी राजे.'

'तसंही असेल. परंतु काकीसाहेब रामराजास आम्ही पाहिलंही नाही.'

'त्यांना आम्ही अज्ञातवासात परगावी ठेवलं आहे. आम्ही त्यांना आणण्याचा इंतजाम करतो.'

'तुरन्त माणसं रवाना करा. परंतु...'

'अडखळलात का राजे?' राणीसाहेबांनी धास्तावून विचारलं.

'आम्ही त्यांना कदाचित पाहू शकणार नाही असं वाटतं.'

'राजे, धीर सोडू नये.'

पेशव्यांसमवेत शिंदे, मल्हारराव होळकर, रघुजी भोसले मंडळी आत आली. सर्वांनी महाराजास मुजरे घातले. सर्वांच्या चेहऱ्यावर चिंता होती. राजेंसाठी लापशी घेऊन आलेल्या सकवारबाई दारातच थबकल्या. त्यांना आत येण्याचा इशारा करून राणीसाहेबांनी माथ्यावरचा पदर सावरला. सकवारबाई पतीला लापशी पाजून उठत असतांना राजेंनी तिला डोळ्यांनी थांबण्याची खूण केली. समोरच्या मंडळींवर नजर स्थिर करीत ते बोलू लागले 'मंडळी, हे राज्य श्रींचे आहे. रामराजा, आमच्या म्हणजे थोरल्या महाराजांच्या खानदानीचा आहे. तोच आमचा खरा वारस ठरवावा.'

सकवारबाईंना आपला भाचा दत्तक घेण्याची इच्छा असल्यामुळं त्यांना महाराजांचे बोल बिलकुल आवडले नाहीत. या वेळी स्पष्टपणानं सर्वांना कल्पना देण्यासाठी त्या उत्सुक झाल्या.

'परंतु...' महाराजांच्या डोळ्यांकडे पाहून त्या स्तब्ध झाल्या.

'राज्यास धनी पुत्र करून सर्वांनी आज्ञेत चालून राज्य

देवब्राह्मणांचे ते एकविचारे करावे.'

'आज्ञा महाराज.'

'आज... सर्वांनी... इथंच थांबावं' महाराजांनी आत्यंतिक कष्टानं डोळे मिटले.

'रात्र चढत होती. महालात निस्तब्ध शांतता होती. समयांचा मंद प्रकाश पसरला होता. मंडळी फक्त डोळ्यांनीच मनातले विचार प्रकट करीत होती. महाराजांचा उजवा हात हालल्याचा भास झाला. ओठही जरासे उघडले आणि क्षणभरात त्यांचं शरीर पत्थरवत झालं, राणीसाहेबांच्या नेत्रांतून दोन अश्रू खळकन जमिनीवर पडले. सकवारबाईंनी तोंडात पदराचा बोळा कोंबला. खंड्याच्या रडण्याचा भेसूर आवाज सर्वांना ऐकू आला. राजवाड्यावरचं भगवं निशाण उतरविण्याची आज्ञा देण्यासाठी महादोबा बाहेर पडले.

महाराजांच्या शवयात्रेची तैयारी झाली. त्यांच्या दर्शनासाठी वाड्यावर गर्दी उसळली. राणीसाहेबांनी क्षणभर विचार करून नानासाहेबास जवळ बोलावलं, ते जरा दबकतच येऊन उभे राहिले.

'पेशवे, सकवार राहिल्यास राज्याचा डोहाणा करील. राज्य बुडवील. कोणाचे पाय भुईस लागू देणार नाही. या करिता शाहूबरोबर राहील तर फार चांगले. सहगमनाचा विचार तिने करावा असे करावे.'

'मातोश्री, प्रयत्न करतो.'

सकवारबाईच्या पित्यानं बजाबानं आग्रह करताच त्या सती जाण्यास तयार झाल्या. शवयात्रा निघाली. मार्गावर रयतेनं आपल्या लाडक्या राजावर फुलं उधळली. सकवारबाईना नमस्कार करण्यासाठी ठायी ठायी स्त्रिया जमू लागल्या. त्यांनी आपल्या अंगावरचा एक एक दागिना उतरून देण्यास सुरुवात केली. स्मशानात येताच पतीचं

मस्तक मांडीवर घेऊन त्या चंदनाच्या चितेवर बसल्या. मंत्रोच्चारात चिता पेटली. वाद्यांच्या आवाजाबरोबरच चितेच्या ज्वाला वरवर जाऊ लागल्या.

'महाराजांची अंतिम क्रिया पार पडली. दानधर्मही खूप झाला. त्याचबरोबर अष्टप्रधानांच्या नेमणूका करून नानासाहेब पेशव्यांनी मुक्त श्वास सोडला. सातारच्या गादीवर आपल्या नातवाला पाहून राणीसाहेब फार खूष झाल्या. आपल्या अंतरीची इच्छा तृप्त केल्याबद्दल त्यांनी देवीचे आभार मानले. तुळजापूरच्या भवानीला पैठणी आणि अलंकार पाठविले. आता संभाजीराजेंची यत्किंचितही पर्वा न करता त्या आपल्या सुनांसह सातारच्या वाड्यात राहू लागल्या.

'दिवस सरकत पुढं गेले. सर्व काही स्थिर होतं. राणीसाहेबांचा सल्ला मागण्यासाठी कुणी येत नव्हतं. सर्वत्र नानासाहेब पेशव्यांचं नाव ऐकू येत असल्यामुळं त्यांचा तडफडाट होऊ लागला.

'संध्याकाळ पसरली. नित्याप्रमाणं त्या देवदर्शनासाठी बाहेर निघाल्या. आज त्यांनी आपल्या समवेत रामराजांना घेतलं होतं. मंगळाईच्या मंदिरात जाऊन त्यांनी दर्शन घेतलं. राजेनी सुवर्णपुष्प वाहून देवीला नमस्कार केला. मंदिरात घंटांचा आल्हाददायक आवाज ऐकत त्यांनी प्रदक्षिणा पुऱ्या केल्या. दीपमाळेवर दिवे प्रकाशू लागताच त्या परतल्या. वाड्याजवळ येताच रामराजे आपल्या महालाकडे वळत असतांना त्या म्हणाल्या.

'राजे भोजन करून आमच्या महाली या. थोडं बोलायचं आहे.'

'ठीक आहे.'

महालात येताच वस्त्र बदलून त्या आसनावर बसल्या. बराच

वेळ त्या विचारांचा गुंता सोडवण्यात गुंग होत्या. रात्रीचा काळोख महालात शिरत असतांनाच रोशनाईकानं दीपकाठीनं झुंबर उजळले. त्यांनी उठून नमस्कार केला, आणि त्या महालाच्या खिडकीशी उभ्या राहिल्या. आकाश निरभ्र होतं. असंख्य चांदण्या चमचमत होत्या. परंतु त्यांचं लक्ष आकर्षित केलं गुरू मंगळाच्या युतीनं. आतापर्यंत घातलेल्या चिंताग्रस्त फेऱ्यांमुळं पायात आलेले कढ निवले. मन शांत झालं. द्वारातून पुरुषी आवाज कानावर आदळला. त्या वळून आसनाकडे परतल्या. त्यांनी दासीला महालाचे दरवाजे बंद करण्याचा हुकूम दिला.

'आजीसाहेब आम्ही आलोत.'

'या राजे.'

रामराजे त्यांच्या पायाला स्पर्श करून उभे राहिले. आपल्या पुत्राची ती लहानगी प्रतिमा पाहून त्याचं हृदय गदगदलं. राजे आपल्या आजीसमोर खुरमांडी घालून बसले. आपल्या मानेवर रूळणाऱ्या केसावरून हात फिरवीत ते स्वतःशीच हसले.

'रामराजे, तुम्ही आतापर्यंत सामान्य माणसासारखे वावरलात म्हणून तुम्हाला शाही रस्मरिवाजांचा परिचय नाही. आम्ही तुम्हाला त्याबाबत योग्य शिक्षण देऊन तरबेज करू. मात्र तुम्ही आमचं ऐकलं पाहिजे.'

'आजीसाहेब, राज्यकारभार सोडून इतर बाबतीत तुम्ही सांगाल ते आम्ही मान्य करू.'

'असं का? त्यांच्या भुवया वक्र झाल्या, चेहऱ्यावरचं प्रसन्न स्मित मावळलं.

'या राज्याची जिम्मेदारी महाराजांनी नानासाहेबांवर सोपवली आहे. त्यांना डावलून आम्हाला कसं वागता येईल?'

'तुमच्या अशा नेभळट वागण्यानं तख्त कसं टिकणार? तुम्ही राजे आहात.'

'होय, आणि ते राजेपण टिकवायचं असेल तर आम्ही पेशव्यांच्या मनाप्रमाणं वागणंच इष्ट आहे.'

'ठीक आहे. आम्हीही महाराणी सोयराबाईची सून आहोत हे तुम्ही लक्षात ठेवा.'

'आजीसाहेब, एका बाजूला पेशवे, आणि दुसऱ्या बाजूला तुम्ही आमची ओढाताण करीत आहात. काय करावं? तेच आम्हाला सुचत नाही. पेशवे तुम्हाला धडा शिकवल्याशिवाय रहाणार नाहीत हे ध्यानी घ्यावं.'

'रामराजे, ठीक आहे आम्ही कमी नही. बाईमाणूस असलो तरी आमच्या कमरेला तलवार आहे.'

आजीचं बोलणं रामराजेंना बिलकुल आवडलं नाही. ते परवानगी न घेताच पाय आपटीत निघून गेले. पेशव्यांकडे असलेला त्यांचा कल पाहून त्यांनी सिंहगडावर राहण्याचा निश्चय केला.

❊ ❊ ❊

राणीसाहेब देवीची पूजा करून महालात छज्जात उभ्या होत्या. पांढरीशुभ्र साडी त्यांनी परिधान केली होती. साडीचे लाल रेशमी काठ जणू पूर्व दिशेशी स्पर्धा करीत होते. गळ्यात टपोऱ्या खंबायती मोत्यांचा सर होता. कानात हिरे लखलखत होते. त्यांच्या गोऱ्यापान चेहऱ्यावर म्हातारपणाची चिन्ह दिसू लागली होती. काळ्याभोर केसात रूपेरी छटाच अधिक होती. त्यांचे पातळ लालचुटक ओठ गाल बसल्यामुळं थोडे पुढं आल्यासारखे भासत होते. त्यांचे निळे नेत्र मात्र अजुनही तस्सेच तेजस्वी होते. सिंहगडावरून दिसणारं पुणं त्या नजरेखाली घालीत होत्या. हळूहळू त्यांचा संताप

वाढू लागला. त्यांच्या मुठीही आवळल्या गेल्या. चेहऱ्यावर रागाची छटा उमटली.

'आता आमच्या वंशजांना हे पेशवे बाहुलीप्रमाणं नाचवणार यात शक नाही.'

'चंद्रा छज्जात त्यांच्याजवळ उभी असल्याचंही त्यांना भान नव्हतं.

'आऊसाहब, पुन्यास्नं पेशवे आल्यात.'

'काय? पेशवे आलेत? ठीक आहे. पाठवून दे.'

'ती जाताच त्या महालाकडे वळल्या. तिथल्या भिंतीवर किनखापी पडदे सोडले होते. खिडक्यांवर फुलाफुलांचे रेशमी पडदे सळसळत होते. एका कोपऱ्यात चंदनाचा देव्हारा होता. तिथं चांदीच्या समया तेवत होत्या. कनौजी उदबत्त्यांच्या सुवासाची वलयं महालात फिरत होती. दोन-तीन पोथ्या रेशमी कपड्यात बांधून पाटावर ठेवलेल्या दिसत होत्या. सभोवार नजर फेकीत त्या मंदमंद पावलं टाकीत आसनाकडे आल्या.

'नानासाहेब आत आले. गोरीपान उंच सहसडीत तेजस्वी मूर्ती पाहून त्यांना बाजीरावाची याद आली. त्यांच्या डोळ्यांकडे पहात त्यांनी मनाशी अंदाज बांधला.

'बाजीराव साधासीधा योद्धा होता. हा फार बिलंदर दिसतोय. याच्या शब्दांतली गोडी फसवी आहे.'

नानासाहेबांनी आत येऊन मुजरा केला.

'बसा नानासाहेब, आज अवचित येणं केलं?'

'आऊसाहेब, आम्ही सदाशिवच्या विवाहासाठी आपल्याला न्यायला आलोत. आमच्या मातुश्रीबाईंनी आपली फार याद केलीय.'

'नानासाहेब, आमची तबीयत ठीक नसल्यामुळं येणं जमेलंस वाटत नाही.'

'आऊसाहेब, महाराज परिवारासह येणार आहेत. आम्ही आपले चिरंजीव, लेकरावर राग धरू नये. त्याशिवाय आपल्या आशीर्वादासाठी आमचा शनवारवाडाही भुकेला आहे.'

राणीसाहेब त्यांच्याकडे आश्चर्यानं पहातच राहिल्या. क्षणभर विचार करून त्यांनी पेशव्यांच्या विनंतीला संमती दिली. दोन दिवस राहून नानासाहेब त्यांच्यासह पुण्यात प्रवेशले. शनवारवाडा पाहून त्यांच्या मनात कुठंतरी काटा टोचला. परंतु त्याबद्दल काहीही न दर्शवता त्या राधाबाईंच्या गप्पागोष्टीत गुंग झाल्या.

ताराबाई पुण्यात येतात

सदाशिवरावभाऊंचा विवाह थाटामाटात पार पडला. लहानशी, गोरीपान नाजूक उमा पतीसह त्यांच्या पायावर वाकली, तेव्हा अतिशय कौतुकानं तिला जवळ घेऊन हिऱ्याचा हार तिच्या गळ्यात घातला. दुसऱ्या दिवशी गोपिकाबाईंना कुसुंबी पैठणी, नानासाहेब, विश्वास, माधव यांना अलंकार देऊन त्यांनी सर्वांचा निरोप घेतला. त्यांच्या पालखीबरोबर चालत नानासाहेब दिल्ली दरवाजापर्यंत येऊन नमस्कार करीत उत्तरले.

'आऊसाहेब, आम्ही अननुभवी आहोत. काही गलती झाली तर क्षमा करून मार्ग दाखवावा.'

त्यांच्या शब्दातला मानभावीपणा जाणण्यास त्यांना बिलकुल वेळ लागला नाही. त्यांना पेशव्यांचा फार राग आला.

'पेशवे, चुकतो त्याला सांगायचं. सुधारण्याचा प्रयत्न करायचा. समजून उमजून करणाऱ्याला दिशा दाखवणं शुद्ध पागलपण आहे, पाण्यावर रेघा ओढण्यासारखं आहे.'

त्यांचे कठोर शब्द ऐकून नानासाहेब वरमले. मुखातून एक शब्दही बाहेर पडला नाही. त्यांना शहराच्या सीमेपर्यंत सोडून ते मागं वळले. पालखीतून त्यांच्याकडे पाहून राणीसाहेबांनी निश्वास टाकला.

राणीसाहेब सिंहगडावर आल्या. लग्नासाठी आलेल्या रामराजांच्या दोन्ही स्त्रियांना त्यांनी आपल्या बरोबर आणलं होतं. त्यांची उत्तम बडदास्त ठेवून त्यांची मनं त्यांनी जिंकली. आपल्या निष्ठावंत सरदारांना भेटीस बोलावून मसलत केली. यमाजी शिवदेव, बाबूजी नाईक, उमाबाई दाभाडे, दमाजी गायकवाड यांना भेटीस बोलावलं. मंडळी आल्यावर उत्तम आदर सत्कार करून त्यांच्या

मनात स्वत:बद्दल विश्वास निर्माण केला. बऱ्याच घडामोडींवर बोलणी झाल्यावर त्या म्हणाल्या.

'मंडळी, पेशवा स्वत:च राजा बनू पाहतोय, तेव्हा तुम्ही त्याच्या कामात अडथळे उभे करावे.'

'ठीक आहे, ते आमचेकडे लागले. आम्हाला फक्त निमित्तच पाहिजे.' उमाबाई ठसक्यात उत्तरल्या.

❆ ❆ ❆

पेशव्याला हिंदुस्थानात लढाईत गुंतवून ताराऊ राणीसाहेब दोन्ही नातसुनांसह साताऱ्यात प्रवेशल्या. शेख मिऱ्याची मदत घेऊन त्यांनी साताऱ्याचा किल्ला ताब्यात घेतला. त्या आकस्मिक आक्रमणामुळं रामराजे घाबरून लपून बसले. समोर घोड्यावर ताराऊ राणीसाहेब दिसताच फौज बावरून गेली. सैनिकांनी शस्त्रं खालीच ठेवली. चिंतो अनंत देवस्थळेच्या सूचनेवरून त्यांनी रामराजेस बुलावा धाडला. त्यांना डावपेच माहीत नसल्यामुळं ते त्यांच्यासमोर उभे राहिले.

'राजे तुम्ही पराजित आहात, हात बांधून तुम्ही आमच्यासमोर उपस्थित होणं आवश्यक होतं.' परंतु ते जाऊ द्या. आम्ही सांगतो त्याकडे लक्ष द्या. तुम्ही आमच्या सल्ल्यानुसार वागावं, त्यातच तुमची व राज्याची भलाई आहे.

रामराजेना हे सर्व अनपेक्षित होतं, त्यामुळे ते अवाक् होऊन आजीकडे पहातच राहिले. थोड्या वेळानं ते भानावर आले.

'आजीसाहेब पेशवे कर्तबगार आहेत. ते या सल्तनतीची हिफाजत करीत असतांना तुम्ही असं का म्हणावं?'

'याचा अर्थ तुम्ही पेशव्यांच्या मतानं चालणार!'

'बिलकुल.'

रामराणी ताराबाई / १११

'ठीक आहे, रामराजे कान देऊन ऐका. तुम्ही आमचे नातू नसून तोतये आहात. आता आम्ही या गादीवर कोल्हापूरच्या संभाजीराजेंनाच आणणार आहोत.'

'आजीसाहेब तुम्ही या फंदात पडू नये. आपसात तेढ निर्माण करून मनस्ताप का करावा?'

'तुम्ही कोणापुढे बोलता आहात रामराजे? कोण आहे रे तिकडे. राजेना गिरफ्तार करा.'

'दोन सेवक पुढे आले. त्यांनी रामराजेंच्या हातात बेडी अडकवली.

'त्यांना महालात नेऊन द्वारावर सख्त नजर ठेवा.'

'जी.'

रामराजे गेल्यानंतर त्यांनी निळोपंतांना बोलावून घेतले. पंत अदब राखून उभे राहिले.

'पंत, आता यशवंतराव दाभाडे, दमाजी गायकवाड, दादोबा प्रतिनिधी, यमाजी शिवदेव, शिंदे, होळकर, निजाम, नासिरजंग इत्यादी मंडळीस खलिते पाठवून नानासाहेबांविरुद्ध लढाईस उभं राहण्याचं आवाहन करा.'

'आज्ञा राणीसाहेब.'

✳ ✳ ✳

वैशाखातली पिवळीधमक उन्हं जमिनीला भाजून टाकीत होती. नद्याही सुकून गेल्या होत्या. झाडझुडपं तहानेनं व्याकुळ झाली होती. या दिवसातली दुपार तर भयंकर कडकडीत. यावेळी काम करणं असंभव असल्यामुळे राणीसाहेब विश्राम करीत होत्या. दासीनं येऊन पंतांच्या आगमनाची खबर दिली.

'पाठव त्यांना.'

पंतांनी येऊन मुजरा केला. राणीसाहेब आसनावर सावरून स्थानापन्न झाल्या. त्यांची तीक्ष्ण नजर पंतांवर स्थिर झाली.

'काय पंत, इतक्या उन्हात कशापायी आलात?'

'राणीसाहेब लढाईच्या वार्ता आपल्याला माहीत आहेच. आज नवीन क्लेशदायक खबर घेऊन आलोय.'

'कोणती?'

'दमाजीला पेशव्यांनी कैदेत टाकलंय.'

'कोणी केला हा खटाटोप?'

'स्वत: पेशव्यांनी महादोबा पुरंद्र्याकडून त्याला पकडायला लावलं.'

'पेशव्यांची इतकी मजाल.' त्या रागानं थरथरल्या.

'राणीसाहेब, इतकंच नाहीतर रामराजेंना मुक्त करून नेण्यासाठी परळीचा किल्लेदार आनंदराव जाधवास धाडलंय.'

'पंत, आनंदरावाचा शिरच्छेद करण्याचा तुरन्त इंतजाम करा. पेशव्यांनी अजूनही आम्हाला पहचानलेलं दिसत नाही. आम्ही नावाच्या ताराऊ असून थोरले महाराज आणि महाराणी सोयराबाईंची सून आहेत.'

'आज्ञा राणीसाहेब.'

✸ ✸ ✸

पाच-सहा महिने असेच धडपडत गेले. या दिवसात दमाजीचे चुलत भाऊ सोनगडास सैन्य जमून वसईवर चालून गेले. शंकराजी फडक्याचा त्यांनी पूर्ण पराभव केला. पेशव्यां दमाजीचे नोकर दूर करून त्याच्यावर कडक निर्बंध घातले. त्यानंतर त्याला लोहगडावर बंदोबस्तात ठेवलं. याच मुदतीत पेशव्यांचे दुष्मन त्रिंबकराव आणि यशवंतराव दाभाडे नजर कैदेतून पळाले. तेव्हा पेशव्यांचे धाबे

दणाणले. ते पुण्याहून राणीसाहेबांच्या भेटीसाठी निघाले.

भाद्रपद असल्यामळं सर्वत्र गडबड होती. साताऱ्यात गौरीच्या सणाला फार महत्त्व असल्यामुळं राजवाड्यावर चांगलीच धामधूम होती राणीसाहेब स्वत: जातीनं सवाष्णीसाठी खण लुगडी पसंत करीत नात-सुनांना सूचना देत होत्या. पाऊसही झिमझिमत होता. मध्येच पडणाऱ्या सूर्य किरणात हिरवीगार कुरणं डोलत होती. चंपानं येऊन नानासाहेब पेशवा भेटीस आल्याचं वर्तमान सांगताच त्या उठल्या.

'आम्ही आलोच. त्यांच्यासाठी मिठाई आणि केशरी दूध घेऊन ये.'

'जी आऊसाहेब.'

राणीसाहेबांचा पाय अतिथिगृहात पडताच नानासाहेब उभे राहिले. त्यांनी झुकून त्यांना मुजरा घातला.

'बसा नानासाहेब, काशीबाईची तबीयत ठीक आहे ना?'

'होय आऊसाहेब, आपल्या आशीर्वादानं सर्व ठीक चाललंय.'

'आज मध्येच गौरीपूजनाच्या दिवशी बरे आलात?'

त्यांच्या शब्दातला काटा नानासाहेबांना टोचल्याशिवाय राहिला नाही. त्यांना रागही आला. परंतु त्यावर ताबा मिळवून त्यांनी प्रयत्नानं चेहऱ्यावरचे भावही बदलून टाकले. चहूकडे नजर फेकून ते सहज स्वरात उत्तरले.

'आपल्याशी सलाहमशविरा करण्यासाठी आलोय.'

'खलबतखान्याकडे जाऊ.'

चंपानं आणलेलं दूध आणि मिठाई राणीसाहेबांनी पेशव्यांसमोर ठेवली.

'नानासाहेब घ्या, तुम्हाला आवडणारी बर्फीच दिली आहे.'

नानासाहेब हसले. त्यांनी बर्फीचा तुकडा तोंडात टाकून, चांदीचा पेला ओठाशी नेला.

राणीसाहेबांच्या इच्छेप्रमाणं निळोपंत उपस्थित झाले. त्यांच्या समवेत राणीसाहेब खलबतखान्यात प्रवेशल्या. द्वारावरचा पहारेदार मुजरा करित बाजूला सरकला. दरवाजा कुसुवात कुरकुरला. मंडळी आत जाताच दरवाजा बंद करून तो आपल्या स्थानी उभा राहिला. राणीसाहेब आपल्या आसनावर स्थिर झाल्या.

'नानासाहेब, बसा.'

नानासाहेबांनी तयार केलेला तहनामा सादर केला. ते अपेक्षेनं राणीसाहेबांकडे पाहू लागले.

'पंच वाचा.'

दाभाडेंनी गुजरातचा हक्क सोडावा, म्हणजे दमाजी गुजरातचा प्रमुख राहील, सेनाखासखेल हा त्याचा खिताब राहील. गुजरातचा निम्मा भाग पेशव्यास देऊन पंधरा लाख रुपये दंड द्यावा.'

'आऊसाहेब, ही तहाची कलमं आपल्याला पसंत आहेत ना?'

'जरूर, जरूर.'

या तहात दमाजीला आपल्यापासून फोडण्याचा केलेला प्रयत्न त्यांच्या ध्यानी आला. परंतु त्या काहीच बोलल्या नाहीत. त्यांनी रीतीप्रमाणं पेशव्यांना भोजनाचा आग्रह केला. स्वतःजवळ बसवून त्यांना जेवायला लावलं. संध्याकाळी नानासाहेब त्यांचा निरोप घेऊन पुण्याकडे परतले.

✳ ✳ ✳

पेशव्यांनी अनेक कारस्थानं करून राणीसाहेबांचे सरदार आपल्याकडे आकर्षित केल्यानंतर, त्यांनी निजामाच्या दिवाणाशी

पत्रव्यवहार सुरू केला. रामदासपंत पूर्णपणे त्यांच्या बाजूस वळल्यानंतर त्यांनी त्याच्या समोर योजना ठेवली. ती मान्य करून तो पेशव्यांना त्रास देऊ लागला. नानासाहेब कंटाळून गेले. आपल्या सरदारांचा सल्ला घेऊन ते राणीसाहेबांच्या दर्शनास आले.

'सकाळची पूजा आटोपून राणीसाहेब सदरेत आल्या. कारकुनाशी बोलत असतांनाच निळोपंतांसमवेत नानासाहेब प्रवेशले. राणीसाहेबांनी त्यांची चौकशी करून घरच्या मंडळीचं कुशल विचारलं. समोर उभ्या असलेल्या निळोपंतांकडे अर्थपूर्ण कटाक्ष फेकला. पंतांनी त्या नजरेतला मतलब जाणला.

'पंत, तुम्ही केलेला मसुदा नानासाहेबांस दाखवा.'

'त्यांनी सुवाच्च अक्षरात लिहिलेला कागद पेशव्यांसमोर ठेवला. त्यावर नानासाहेबांचे उत्सुक नेत्र फिरू लागले.

'शाहूमहाराजांच्या समयी होता तसाच कारभार चालावा. रामराजानं मातोश्री ताराऊ राणीसाहेबाच्या सल्ल्याने वागावे पेशव्यांनी रामराजाच्या भानगडीत पडू नये.'

'स्वतःला मुत्सद्दी समजणारे नानासाहेब चक्रावले. त्यांची नजरबराच वेळ त्या अक्षरांवरून फिरत राहिली.

'आऊसाहेब, आमच्या बाजुची कलमं त्यात घातल्याशिवाय, आम्हाला हा मसुदा मान्य करता येणार नाही.'

'बोला, तुमची शर्त.'

'गायकवाड, दाभाडे यांना कैदेतून मुक्त करावे.'

'परंतु तुमच्यामुळंच त्यांना गिरफ्तार करावं लागलं ना!'

'आऊसाहेबांनी फक्त वर्तमान काळाचाच विचार करावा.'

'ठीक आहे, पुढं सांगा.'

'दमाजी गायकवाडास मुतालकी न देता घरी बसवावे. गोविंदरावास पुनः चिटणीशी द्यावी.'

'आम्हाला मान्य आहे.'

नानासाहेबांच्या मनात राणीसाहेबांच्याबद्दल संशय होता. तो त्यांना स्वस्थ बसू देईना. थोडा वेळ विचार करून त्यांनी पंतांकडे पाहिलं. परंतु पंत अगदी शांत होते.

'आऊसाहेब, एक नम्र विनंती आहे.'

'बोला.'

'आपसातल्या या क्षुल्लक भांडणात, निजामाचे दिवाण रामदासपंतांना आणू नये.'

'समजलो, नाही आणणार.'

'आऊसाहेबांनी राग सोडून आता महाराजांसमवेत सातारच्या वाड्यात रहावे.'

'मान्य आहे.'

राणीसाहेबांची अनुज्ञा घेऊन नानासाहेब शिबंदीसह पुण्याकडे निघाले. मार्गातच त्यांना पानिपतकडील खबर समजली. ते निराश अंतःकरणानं वाड्यात आले, तो दगडी शनवारवाडाही म्लान होता. दुसऱ्या दिवशीच ते उत्तरेकडे निघाले. बाबूजी नाईक, गोपाळराव पटवर्धन, सदाशिव रामचंद्र, यमाजी शिवदेव, वगैरे मंडळी त्यांच्या समवेत होती. ते भोपाळवरून निघत असताना, मार्गातच पानिपतच्या पराभवाची दुःखद वार्ता समजली. लाडका भाऊ सदाशिव आणि पुत्र विश्वास गारद झालेले ऐकून, त्यांना जबरदस्त धक्का बसला. ते आजारी पडले. सरदारांनी त्यांना पुण्यात आणलं.

ही हकीगत सातारच्या वाड्यात पोचली तेव्हा राणीसाहेब निराश झाल्या. पानिपतचा जबरदस्त पराभव आणि असंख्य वीराचं

बलिदान, मोती, मोहरे खर्ची पडल्याची पूर्ण भीषण कथा त्यांनी ऐकली, तेव्हा त्यांचं मस्तक गरगरलं. डोळ्यांपुढं अंधारांच्या उभ्या आडव्या रेखा जाळं विणू लागल्या.

'पेशव्यांच्या गर्वाचं फळ आमच्या तख्ताला भोगावं लागलं.'

'शहाऐंशी वर्षांच्या राणीसाहेब नेहमीच्या कटकटीमुळं मनानं खचत चालल्या होत्या. त्यात या भयंकर आघाताची भरच पडली. त्यांना ही दारूण हानी सहन करण्याचं सामर्थ्यच उरलं नाही. त्या बसल्या जागी आसनावर कोसळल्या. पुन: त्या उठल्याच नाहीत.

✷✷